ബാലസംഘം

സംഘടനയും സമീപനവും

balasangham
sanghadanayum sameepanavum
•
first edition
may 2012
•
typesetting & published
chintha publishers, thiruvananthapuram
•
printed

•
cover
vinod

വിതരണം
ദേശാഭിമാനി ബുക്ക് ഹൗസ്
H O തിരുവനന്തപുരം-695 035
www.chinthapublishers.com
chinthapublishers@gmail.com

ബ്രാഞ്ചുകൾ
ഹെഡ്ഢാഫീസ് കുന്നുകുഴി • ഓവർബ്രിഡ്ജ് തിരുവനന്തപുരം • കെ എസ് ആർ ടി സി ബസ് സ്റ്റേഷൻ ആലപ്പുഴ • കെ എസ് ആർ ടി സി ബസ് സ്റ്റേഷൻ എറണാകുളം • മച്ചിങ്ങൽ ലെയ്ൻ തൃശൂർ • ഐ ജി റോഡ് കോഴിക്കോട് • കെ എസ് ആർ ടി സി ബസ് സ്റ്റേഷൻ കോഴിക്കോട് • എൻ ജി ഒ യൂണിയൻ ബിൽഡിങ് കണ്ണൂർ • സെൻട്രൽ ബസ് ടെർമിനൽ കോംപ്ലക്സ് താവക്കര കണ്ണൂർ

CO - 1748 / 2924

ബാലസംഘം

സംഘടനയും സമീപനവും

ചിന്ത പബ്ലിഷേഴ്സ്
തിരുവനന്തപുരം-695 035
വില: 100

ഉള്ളടക്കം

ആമുഖം

ഇന്ന് കുട്ടികളെ തങ്ങളുടെ വരുതിയിലേക്ക് കൊണ്ടുവരിക എന്ന ലക്ഷ്യം വച്ചുകൊണ്ട് ജാതി–മത സംഘടനകളും അരാഷ്ട്രീയ സംഘടനകളും സജീവമായി പ്രവർത്തിച്ചുകൊണ്ടിരിക്കുകയാണ്. ഈ പശ്ചാത്തലത്തിൽ കുട്ടികളുടെ മേഖലയിലെ ഇടപെടൽ ജനാധിപത്യ സമൂഹത്തിന്റെ രൂപീകരണത്തിന് ഏറെ പ്രധാനമാണ്. സമൂഹത്തിന്റെ വിവിധ മേഖലകളെ ഭാവിയിൽ നയിക്കേണ്ടത് കുട്ടികളാണ്. അതിനാൽ ഈ മേഖല അരാഷ്ട്രീയവൽക്കരിക്കപ്പെടുകയും വർഗീയ–ജാതി–മത ശക്തികളുടെ പിടിയിൽ അമരുകയും ചെയ്താൽ കേരളം നേടിയ നേട്ടങ്ങൾ തകർക്കപ്പെടും എന്നത് നാം കാണേണ്ടതാണ്.

കുട്ടികളുടെ മേഖലയിലെ പുരോഗമന പ്രസ്ഥാനങ്ങളുടെ ഇടപെടലിന് ഏറെ കാലത്തെ പഴക്കമുണ്ട്. 'ദേശീയ ബാലസംഘം' എന്ന പേരിൽ 1938 ൽ കുട്ടികളുടെ ഒരു സംഘടന ഇപ്പോഴത്തെ കണ്ണൂർ ജില്ലയിലെ പഴയ ചിറയ്ക്കൽ താലൂക്കിൽപ്പെട്ട കല്യാശ്ശേരിയിൽവച്ച് രൂപീകരിക്കപ്പെട്ടു. കുട്ടികളിൽ ദേശസ്നേഹവും സാമ്രാജ്യത്വവിരുദ്ധ ബോധവും വളർത്തുന്നതിനുവേണ്ടി 'ദേശീയ ബാലസംഘം' പ്രത്യേക താൽപ്പര്യമെടുത്തു പ്രവർത്തിക്കുകയുണ്ടായി. 'ദേശീയ ബാലസംഘ'ത്തിന്റെ പിന്തുടർച്ച എന്ന നിലയിലാണ് 1971 ൽ ദേശാഭിമാനി ബാലസംഘവും ഇപ്പോഴത്തെ ബാലസംഘവും രൂപീകരിക്കപ്പെട്ടത്. കുട്ടികളുടെ അവകാശങ്ങൾക്കുവേണ്ടി പ്രവർത്തിച്ച സംഘടനയായിരുന്നു ദേശാഭിമാനി ബാലസംഘം. ദേശീയ ബാലസംഘത്തിന്റെയും ദേശാഭിമാനി ബാലസംഘത്തിന്റെയും ലക്ഷ്യങ്ങളിലും പ്രവർത്തനങ്ങളിലും പ്രകടമായ വ്യത്യാസങ്ങൾ വരുത്തിയാണ് ബാലസംഘം രൂപീകരിക്കപ്പെട്ടത്.

ഓരോ കാലഘട്ടത്തിലും മാറ്റങ്ങളെയും കുട്ടികളുടെ അഭിരുചികളെയും തിരിച്ചറിഞ്ഞുകൊണ്ട് ഇടപെടുക എന്ന നയമാണ് ഈ രംഗത്ത് പൊതുവിൽ സ്വീകരിച്ചുവന്നിട്ടുള്ളത്. 1982 ലാണ് പുതിയ രീതിയിൽ ബാലസംഘം സംഘടിപ്പിക്കപ്പെടുന്നത്. തുടർന്ന് വിവിധ സന്ദർഭങ്ങളിലായി സംഘടനയുടെ രീതികളിലുള്ള മാറ്റങ്ങളെക്കുറിച്ച് വിവിധ തലത്തിൽ ചർച്ചകൾ നടത്തുകയുണ്ടായി. ഈ ചർച്ചകളുടെ അടിസ്ഥാനത്തിൽ 2002 ൽ ഒരു രേഖ അംഗീകരിക്കുകയും ചെയ്തു. *ബാലസംഘം ഒരു സമാന്തര വിദ്യാഭ്യാസ സാംസ്കാരിക പ്രസ്ഥാനം എന്ന നിലയിൽ* എന്ന രേഖയുടെ പശ്ചാത്തലത്തിൽ ജില്ലാതലത്തിൽ ചർച്ച നടത്തിക്കൊണ്ട് ഇതിന്റെ പ്രവർത്തനങ്ങളിൽ പുനഃക്രമീകരണം നടത്തുകയും ചെയ്തു.

കേരളത്തിലെ മുഴുവൻ കുട്ടികളുടെയും പൊതുവേദിയാവുക എന്ന ലക്ഷ്യം വച്ചാണ് ഇത്തരം മാറ്റങ്ങൾ നടത്തിയത്. കുട്ടികളിൽ അന്ധവിശ്വാസങ്ങൾക്കും അനാചാരങ്ങൾക്കുമെതിരായ മനോഭാവവും ശാസ്ത്രബോധവും പുരോഗമന ചിന്താഗതിയും വളർത്തിയെടുക്കുക, കുട്ടികളുടെ അന്വേഷണാത്മകതയിലും പ്രവർത്തനശേഷിയിലും ഊന്നിയുള്ള പ്രവർത്തനങ്ങൾക്ക് നേതൃത്വം നൽകുക, ശിശുകേന്ദ്രീകൃതമായ വിദ്യാഭ്യാസത്തിന്റെ അടിസ്ഥാന ശാസ്ത്രീയ തത്വങ്ങൾക്കനുസരിച്ച് ചിട്ടപ്പെടുത്തിയ പാഠ്യക്രമങ്ങളനുസരിച്ച് പ്രവർത്തിക്കുക, ശിശുമനസിന്റെ സാമൂഹ്യവൽക്കരണം ലക്ഷ്യമാക്കിയുള്ള സ്വത്വവികാസത്തിനുവേണ്ടി നിലകൊള്ളുക എന്നീ കാഴ്ചപ്പാടുകളുടെ അടിസ്ഥാനത്തിൽ പ്രവർത്തിക്കുന്ന കുട്ടികളുടെ സമാന്തര വിദ്യാഭ്യാസ സംഘടന എന്ന നിലയിലാണ് ബാലസംഘത്തെ വിഭാവനം ചെയ്തിട്ടുള്ളത്.

ഈ കാഴ്ചപ്പാട് പൂർത്തീകരിക്കണമെങ്കിൽ മൂന്ന് സുപ്രധാനമായ കടമകൾ നമുക്ക് ഏറ്റെടുക്കാനുണ്ട്.

1. പൊതുവിദ്യാഭ്യാസ സമ്പ്രദായത്തിന്റെ ജനാധിപത്യ മതേതര സ്വഭാവം നിലനിർത്താനും സാമൂഹികനീതിയും അവസരസമത്വവും സംരക്ഷിക്കാനും ആഗോളവൽക്കരണ നയങ്ങളെ വിദ്യാഭ്യാസരംഗത്ത് ചെറുക്കാനുംവേണ്ടി പുതിയ വിദ്യാഭ്യാസപദ്ധതിയുടെ അന്തഃസത്ത സംരക്ഷിക്കുന്ന പ്രവർത്തനങ്ങളിൽ ഏർപ്പെടുക.
2. ജാതി–മത സംഘടനകളുടെയും സ്വതന്ത്രമെന്ന് സ്വയം വിശേഷിപ്പിക്കുന്നെങ്കിലും യഥാർഥത്തിൽ പിന്തിരിപ്പൻ സ്വഭാവം പുലർത്തുന്നവയുമായ സ്ഥാപനങ്ങളുടെയും നേതൃത്വത്തിൽ രൂപീകരിക്കപ്പെട്ടിട്ടുള്ള സംഘടനകൾ പരത്തുന്ന ആശയങ്ങളുടെ സ്വാധീനത്തിൽപ്പെടാതെ കുട്ടികളെ സംരക്ഷിക്കുക.
3. ജീവിത യാഥാർഥ്യങ്ങളിൽനിന്നും ശ്രദ്ധതിരിച്ച് ഭ്രമാത്മകമായ ഒരു ലോകത്ത് തളച്ചിടുന്ന രീതിയിൽ മാധ്യമങ്ങൾ ചെലുത്തുന്ന സ്വാധീനത്തിനെതിരെ കുട്ടികളുടെ പ്രതിരോധശേഷി വർധിപ്പിക്കുന്നതിനാവശ്യമായ നടപടികൾ സ്വീകരിക്കുക എന്നത് മർമപ്രധാനമാണ്.

ഈ ലക്ഷ്യത്തോടെ കുട്ടികളുടെ പ്രായത്തോടും സ്വഭാവത്തോടും നീതിപുലർത്തുന്ന പ്രവർത്തനപരിപാടികൾ സംഘടിപ്പിക്കുക എന്നത് ബാലസംഘത്തിന്റെ പ്രവർത്തനത്തിലെ പ്രധാനപ്പെട്ട കാഴ്ചപ്പാടാണ്. ഇതിനായി പരിപാടികൾ കുട്ടികളുടെ കണ്ണിലൂടെ കണ്ട് അവരെ ആകർഷിക്കുന്ന വിധത്തിൽ സംഘടിപ്പിക്കേണ്ടതുണ്ട്. കുട്ടികളുടെ ക്ഷേമവും അവകാശങ്ങളും നേടുന്നതിനുവേണ്ടിയുള്ള പ്രവർത്തനങ്ങളെക്കൂടി ഏറ്റെടുക്കുക എന്നതും പ്രധാനമാണ്.

കുട്ടികളെ അവരുടെ ചുറ്റുപാടുകളിൽനിന്ന് മാറ്റിനിർത്തി ഭ്രമാത്മകമായ ലോകത്ത് എത്തിക്കുക എന്നതാണ് വർത്തമാനകാലത്ത് ആഗോളവൽക്കരണ രാഷ്ട്രീയത്തിന്റെ ഒരു പ്രധാന സമീപനം. ഇത്തരം കാഴ്ചപ്പാടുകളിൽനിന്ന് കുട്ടികളെ മാറ്റിയെടുത്ത് സ്വന്തം നാടിനോടും അധ്വാനത്തോടും സ്നേഹവും താൽപ്പര്യവും ഉണ്ടാക്കുന്ന ബോധത്തിലേക്ക് അവരെ വളർത്തിയെടുക്കേണ്ടതുണ്ട്. ഇതിന് ആവശ്യമായ കർമപരിപാടികളാണ് ആവിഷ്കരിക്കേണ്ടത്. ഓരോ പ്രദേശത്തെയും അറിയപ്പെടാതെ കിടക്കുന്ന ചരിത്രസംഭവങ്ങളെ കുട്ടികളുമായി പരിചയപ്പെടുത്തി സാമൂഹികമാറ്റത്തിന്റെ പാഠങ്ങൾ സ്വയം കണ്ടെത്തി ഉൾക്കൊള്ളുവാൻ കുട്ടികളെ പരിശീലിപ്പിക്കാൻ കഴിയണം.

ഇത്തരം കാഴ്ചപ്പാടിന്റെ അടിസ്ഥാനത്തിൽ പ്രവർത്തനങ്ങൾ നടത്തുന്നതിന് ബാലസംഘം ശ്രമിച്ചിട്ടുമുണ്ട്. 1990-കളിൽ ആരംഭിച്ച വേനൽത്തുമ്പി കലാജാഥകൾ ബാലസംഘത്തിന്റെ സ്ഥിരം അവധിക്കാല പരിപാടിയായി മാറിയിട്ടുണ്ട്. നാടിന്റെ തനിമയുള്ള മിത്തുകളുടെയും കഥകളുടെയും സഹായത്തോടെ വിദ്യാഭ്യാസ-സാംസ്കാരിക രംഗങ്ങളിലെയും സമകാലീന സാമൂഹിക ജീവിതത്തിലെയും പിന്തിരിപ്പൻ പ്രവണതകളെ ഇത് തുറന്നുകാട്ടുന്നു. ജനാധിപത്യ-മതേതര മൂല്യങ്ങളെ ഉയർത്തിപ്പിടിക്കാനും ചരിത്രവികാസത്തിന്റെ വിവിധ ഘട്ടങ്ങളെ പരിചയപ്പെടുത്താനും ഈ ജാഥയിലൂടെ കഴിഞ്ഞിട്ടുണ്ട്. ഇത്ര വിപുലമായ കുട്ടികളുടെ സാംസ്കാരിക പരിപാടി മറ്റൊരിടത്തും സംഘടിപ്പിക്കുന്നില്ല.

യൂണിറ്റ് പ്രവർത്തനം എല്ലാ കുട്ടികളിലേക്കും വ്യാപിപ്പിക്കുക എന്ന ലക്ഷ്യം വച്ച് 2004 മുതൽ യൂണിറ്റ് കേന്ദ്രീകരിച്ച് 'കളിക്കൂടുകൾ' എന്ന പരിപാടി നടപ്പിലാക്കുകയുണ്ടായി. വേനൽത്തുമ്പി കലാജാഥകളുമായി കൂട്ടിയിണക്കിയും പ്രാദേശിക ചരിത്രാന്വേഷണ പരിപാടികൂടി അജണ്ടയിൽ ഉൾപ്പെടുത്തിയും കുട്ടികളുടെ മേഖലാതല സർഗോത്സവങ്ങളുടെ കേന്ദ്രബിന്ദുക്കളാക്കി 'കളിക്കൂടുക'ളെ വാർത്തെടുക്കാനുള്ള ശ്രമമാണ് ഉണ്ടായത്. ഈ പരിപാടി പ്രധാനമായും കുട്ടികളെ സ്വയം പ്രവർത്തിപ്പിക്കുക എന്നതിനാണ് ഉദ്ദേശിച്ചത്.

സമാന്തര വിദ്യാഭ്യാസ പ്രസ്ഥാനമെന്നനിലയിൽ ഇടപെടണമെന്ന കാഴ്ചപ്പാട് നമുക്കുണ്ട്. ഇതിന്റെ അടിസ്ഥാനത്തിൽ സംസ്ഥാനത്ത് അക്കാദമിക് കമ്മിറ്റിയും ജില്ലാതലത്തിലും ഏരിയാതലത്തിലും പല ജില്ലകളിലും ഇത്തരം സമിതികളും രൂപീകരിച്ചുകഴിഞ്ഞിട്ടുമുണ്ട്.

കുട്ടികളെ അവകാശബോധമുള്ളവരാക്കാനും അവരുടെ ആവശ്യ ങ്ങൾക്കായി സ്വയം ഇടപെടാനുമുള്ള ശേഷി വർധിപ്പിക്കുക എന്ന ലക്ഷ്യം വച്ചുകൊണ്ടും ആണ് കുട്ടികളുടെ അവകാശത്തിനുവേണ്ടിയുള്ള പ്രവർത്തനങ്ങൾ സംഘടിപ്പിച്ചത്. യൂണിസെഫ് ഉന്നതാധികാരസമിതി തയാറാക്കി കേന്ദ്രസർക്കാരിനു സമർപ്പിച്ച *ബാലാവകാശ കമ്മീഷൻ ബിൽ* ചർച്ച ചെയ്യുന്നതിന് ഐക്യരാഷ്ട്രസമിതി ഇന്ത്യയുൾപ്പെടെയുള്ള രാജ്യങ്ങളിൽനിന്ന് കുട്ടികളെ പങ്കെടുപ്പിച്ച് നടന്ന 'കുട്ടികൾക്കിണങ്ങിയ ലോകം' എന്ന സാർവദേശീയ പ്രഖ്യാപനത്തിന്റെ പശ്ചാത്തലത്തിലാണ് ഇത്തരമൊരു ഇടപെടൽ നാം സംഘടിപ്പിച്ചത്. ഈ ബില്ലിനെ സംബ ന്ധിച്ച് കുട്ടികൾക്കിടയിൽ ബോധവൽക്കരണം നടത്തുന്നതിനുള്ള പരി പാടിയും സംഘടിപ്പിച്ചിരുന്നു.

ബാലദിനത്തോടനുബന്ധിച്ച് സംസ്ഥാന വ്യാപകമായി റാലി സംഘ ടിപ്പിക്കാനും അതിൽ കുട്ടികളെ അണിനിരത്തുന്നതിനും നമുക്ക് നല്ല നിലയിൽ കഴിയാറുണ്ട്. കുട്ടികളെ നിരന്തരമായി പ്രവർത്തനങ്ങളിലേക്ക് കൊണ്ടുവരണമെന്നുണ്ടെങ്കിൽ അവരെ ആകർഷിക്കുന്ന പ്രവർത്തന ങ്ങൾ യൂണിറ്റ് തലത്തിൽത്തന്നെ പ്ലാൻ ചെയ്യേണ്ടതുണ്ട്. നിരന്തരമായി അവ സംഘടിപ്പിക്കുന്നതിന് കഴിയണമെങ്കിൽ പ്രാദേശിക തലത്തിലുള്ള പ്രവർത്തനങ്ങളിൽ ഇടപെടുന്ന സമീപനം ഉണ്ടാവേണ്ടതുമുണ്ട്.

കുട്ടികളെ പ്രവർത്തനത്തിലേക്ക് കൊണ്ടുവരിക എന്നത് മറ്റ് ഏത് മേഖലകളെക്കാളും പ്രയാസമേറിയ ഒന്നാണ്. അതേസമയം ഇത് സംഘ ടിപ്പിക്കേണ്ടത് ഏറ്റവും അനിവാര്യവും. കുട്ടികളെ പ്രവർത്തനത്തിലേക്ക് കൊണ്ടുവരണമെങ്കിൽ രക്ഷിതാക്കളുടെ അനുമതികൂടി ഉണ്ടാവണം എന്ന പ്രശ്നം മറ്റു മേഖലകളിൽനിന്നും ഇതിനെ വ്യത്യസ്തമാക്കു ന്നുണ്ട്. അതേപോലെ മറ്റ് നിരവധി ഘടകങ്ങളും ഇതിന്റെ ഭാഗമായി ഉയർന്നുവന്നിട്ടുണ്ട്. വിദ്യാലയങ്ങളിലെ പഠനപ്രവർത്തനം ശക്തിപ്പെട്ട തോടെ മിക്ക ദിവസങ്ങളിലും കുട്ടികൾ അതുമായി ബന്ധപ്പെട്ട പ്രവർത്ത നങ്ങളിൽ മുഴുകേണ്ടിവരുന്നു എന്ന പ്രശ്നം നിലനിൽക്കുന്നുണ്ട്. അരാ ഷ്ട്രീയവാദത്തിന്റെ കടന്നുകയറ്റത്തിന്റെ ഭാഗമായി ഇത്തരം പ്രവർത്ത നങ്ങളിൽ വിദ്യാർഥികളെ അയക്കാതിരിക്കുക എന്ന സ്ഥിതിയും നില നിൽക്കുന്നുണ്ട്. കുട്ടികളെ ആവേശപൂർവം പ്രവർത്തനങ്ങളിൽ ഇറക്ക ണമെങ്കിൽ അവർക്ക് ഓരോ കൂടിച്ചേരലും പുതിയ അനുഭവങ്ങൾ പ്രദാനം ചെയ്യുന്ന പരിപാടികൾ കാണിച്ചുകൊടുക്കേണ്ടതുണ്ട്. ഇത്തരം ഒരു വൈവിധ്യം നമ്മുടെ പരിപാടികളിൽ ആവിഷ്കരിക്കാൻ പറ്റുന്നില്ല എന്ന തുകൊണ്ട് സ്വയം അവർ വിമുഖരായിത്തീരുന്ന പ്രശ്നവും നിലനിൽക്കു ന്നു. ദൃശ്യ-ശ്രാവ്യ മാധ്യമങ്ങളിലെ കണ്ണഞ്ചിപ്പിക്കുന്ന പരിപാടികൾ, ഒഴി വുവേളകൾ മുഴുവനും അപഹരിക്കുന്നതിന് പര്യാപ്തമാണെന്നതും നമ്മുടെ പരിപാടികൾക്ക് കുട്ടികൾ വരുന്നതിന് തടസമായിത്തീരുന്നു.

നിരന്തരം മാറിക്കൊണ്ടിരിക്കുന്ന ലോകത്ത് ഈ മാറ്റങ്ങൾ നല്ല രീതി യിൽ കുട്ടികളെയും സ്വാധീനിക്കുന്നുണ്ട്. ഇത് മനസിലാക്കി ശാസ്ത്രീ

യമായ പ്രവർത്തന പരിപാടികൾ ആവിഷ്കരിക്കുക എന്നത് പ്രധാന മാണ്. ബാലസംഘത്തിന്റെ ആശയങ്ങൾ നൂതനമായ ശിശു മനഃശാസ്ത്ര തത്വങ്ങളുടെ അടിസ്ഥാനത്തിൽ രൂപപ്പെടുത്തേണ്ടതുണ്ട്. പുതിയ പാഠ്യ പദ്ധതിയിലും സിലബസിലും കരിക്കുലത്തിലും ഉണ്ടായ മാറ്റങ്ങൾക്കനു സരിച്ച് പ്രവർത്തനങ്ങൾ രൂപപ്പെടുത്തുന്നതിന് ശ്രദ്ധിക്കുകയുണ്ടായി. അതിനനുസരിച്ച് നൂറുകണക്കിന് മാതൃകാ പഠന മോഡ്യൂളുകളും പാഠ ക്കുറിപ്പുകളും തയാറാക്കുകയുണ്ടായി. ഇതിലൂടെ യോഗത്തിൽ വരുന്ന കുട്ടികൾക്ക് മികച്ച അനുഭവമായി അത് മാറ്റുന്നതിന് ശ്രമിച്ചു. ദൃശ്യമാധ്യ മങ്ങൾ ഏറെ സ്വാധീനം ചെലുത്തുന്ന വർത്തമാനകാലത്ത് നമ്മുടെ പ്രവർത്തനങ്ങളും അത്തരം മീഡിയകളെ ഉപയോഗപ്പെടുത്തുന്നതിനുള്ള ശ്രമങ്ങളും നടത്തിയിട്ടുണ്ട്.

വ്യക്തിശുചിത്വം പൊതുവെ ശ്രദ്ധിക്കുന്ന സംസ്ഥാനമാണ് കേരളം. എന്നാൽ സാമൂഹിക ശുചിത്വം അവഗണിക്കപ്പെടുകയും ചെയ്യുന്നു. ചെറുപ്പംമുതൽ തന്നെ കുട്ടികളിൽ വ്യക്തിശുചിത്വത്തോടൊപ്പം സാമൂഹ്യ ശുചിത്വത്തിന്റെ പ്രാധാന്യവും ആരോഗ്യപരിപാലനത്തിന്റെ പ്രസക്തിയും സംബന്ധിച്ച അവബോധം രൂപപ്പെടുത്തുന്നതിനുള്ള പരിശ്രമവും നട ത്തിയിട്ടുണ്ട്. ആദിവാസി മേഖലയിലും പട്ടികജാതി കോളനികളിലും തീരദേശത്തെ മത്സ്യത്തൊഴിലാളി കേന്ദ്രങ്ങളിലും പ്രവർത്തനം വ്യാപി പ്പിക്കുക എന്നതും പ്രധാനമാണ്. ഇടത്തരം ജനവിഭാഗങ്ങൾ താമസി ക്കുന്ന റസിഡൻഷ്യൽ കോളനികളിലും ഫ്ളാറ്റുകളിലും കുട്ടികളെ സംഘടിപ്പിക്കുന്നതിന് പ്രത്യേകം ശ്രദ്ധിക്കണം. അവിടങ്ങളിൽ രക്ഷി താക്കളുടെ സമ്മതത്തോടുകൂടി മാത്രമേ സംഘടനാ പ്രവർത്തനം സാധ്യമാവുകയുള്ളൂ എന്നതുകൊണ്ട് വിദ്യാഭ്യാസ, കലാ–സാഹിത്യ പ്രവർത്തനങ്ങൾക്ക് പ്രാധാന്യം നൽകുന്ന രീതിയിലായിരിക്കണം ബാല സംഘം പ്രവർത്തനം.

ചാനലുകളും പത്രങ്ങളും കുട്ടികൾക്കുള്ള പരിപാടികൾ സംഘടി പ്പിക്കുന്നുണ്ട്. അവയിൽ നമുക്ക് ആശ്രയിക്കാൻ സാധിക്കുന്നവ പ്രത്യേ കമായി മനസിലാക്കി ബാലസംഘം പ്രവർത്തനം ശക്തിപ്പെടുത്താനും പുതിയ സാധ്യതകൾ ഉപയോഗപ്പെടുത്താനും സാധിക്കണം.

കുട്ടികളെ ബാലസംഘം പ്രവർത്തനങ്ങളിലേക്ക് അയക്കുന്നതിന് നിർണായകമായി ഇടപെടാൻ കഴിയുക സ്ത്രീകൾക്കാണ്. അമ്മമാരെ ഈ പ്രവർത്തനത്തിന്റെ പ്രാധാന്യത്തെ ബോധ്യപ്പെടുത്താനും കൊണ്ടു വരാനും കൂടുതൽ കഴിയുക വനിതാ പ്രവർത്തകർക്കാണ്. അതുകൊണ്ട് അവരുടെ പങ്കാളിത്തം വർധിപ്പിച്ചുകൊണ്ടേ നമുക്ക് മുന്നോട്ടുപോകാൻ കഴിയൂ. കുട്ടികളുമായി നിരന്തരം ഇടപെടുന്ന ബാലവാടി, അംഗൻവാടി സ്കൂൾ മേഖലയിൽ പ്രവർത്തിക്കുന്ന സ്ത്രീകളെയും ഈ രംഗത്ത് കൊണ്ടുവരിക എന്നത് പ്രധാനമായി കാണണം. കുട്ടികളെ രക്ഷിതാ ക്കൾ ബാലസംഘം പരിപാടികൾക്ക് അയക്കണമെങ്കിൽ അവരുടെ ഇട യിൽ നല്ല മതിപ്പുള്ള സംഘാടകരെ കൊണ്ടുവരണം.

ഏതു ശരിയായ കാഴ്ചപ്പാടും അർഥവത്തായ രീതിയിൽ നടപ്പിലാക്കുന്നതിന് അനുയോജ്യമായ സംഘടന അനിവാര്യമാണ്. ബാലസംഘം മേഖലയിലെ സവിശേഷതകളെ കണ്ടുകൊണ്ടാവണം ഈ മേഖലയിലെ സംഘടനയുടെ സ്വഭാവം നിർണയിക്കാൻ.

കുട്ടികളുടെ യഥാർഥ സമാന്തര വിദ്യാഭ്യാസ സാംസ്കാരിക പ്രസ്ഥാനമായി ബാലസംഘത്തെ രൂപപ്പെടുത്താനുള്ള പ്രവർത്തനങ്ങൾ നടത്തേണ്ടതുണ്ട്. ഈ സങ്കൽപ്പം അനുസരിച്ച് നിരന്തരം പ്രവർത്തിക്കുന്ന വിദ്യാഭ്യാസ സാംസ്കാരിക കേന്ദ്രങ്ങളായി ബാലസംഘം യൂണിറ്റുകളെ മാറ്റാൻ കഴിയണം. അവകാശബോധവും ചുമതലാബോധവും ഉള്ള പുതിയ സമൂഹത്തെ രൂപപ്പെടുത്തി എടുക്കാനുള്ള കേന്ദ്രമായി ബാലസംഘത്തെ രൂപപ്പെടുത്തി എടുക്കണം. ശാസ്ത്രീയ ചിന്തയും സാമൂഹികബോധവും പ്രവർത്തന സന്നദ്ധതയും ഉള്ള മനസുകളിലേ സാമൂഹികവിപ്ലവത്തിന്റെ കാഴ്ചപ്പാട് ഉണ്ടാക്കി എടുക്കാൻ കഴിയുകയുള്ളൂ. ആ തലത്തിലേക്ക് ഭാവിതലമുറയെ എത്തിക്കാനുള്ള സുപ്രധാനമായ ഉത്തരവാദിത്വമാണ് ബാലസംഘത്തിലൂടെ നിർവഹിക്കാനുള്ളത്. രാഷ്ട്രീയ –സാമൂഹികപ്രവർത്തനത്തെ ഗൗരവബുദ്ധിയോടുകൂടി വീക്ഷിക്കുന്ന ഒരു സമൂഹ സൃഷ്ടിക്കായുള്ള മുന്നൊരുക്കമായി ഇതിന്റെ പ്രവർത്തനത്തെ കാണേണ്ടതുണ്ട്.

ബാലസംഘത്തെ ഇതിന് ഉതകുന്ന തരത്തിൽ പ്രവർത്തിപ്പിക്കുന്നതിന് സഹായകമായ കാഴ്ചപ്പാടുകളും സമീപനങ്ങളും വിശദമാക്കുന്നതാണ് ഈ പുസ്തകം. ഇതിനെ ഫലപ്രദമായി മനസിലാക്കിക്കൊണ്ട് കുട്ടികളുടെ മേഖലയിൽ ഇടപെടാൻ കഴിയേണ്ടതുണ്ട്. അത് പ്രായോഗികമാക്കുന്നതിനുള്ള ശ്രമങ്ങൾക്ക് മുഴുവൻ പ്രവർത്തകരും സഹകരിക്കുമെന്ന് പ്രതീക്ഷിക്കുന്നു.

എം വി ഗോവിന്ദൻ മാസ്റ്റർ

ബാലസംഘം–ലക്ഷ്യവും പരിപാടിയും

1.1 കേരളത്തിലെ കുട്ടികൾ

ഇന്ത്യയിലെ ഇതര പ്രദേശങ്ങളെ അപേക്ഷിച്ച് മെച്ചപ്പെട്ട ജീവിതമാണ് കേരളത്തിലുള്ളത്. ഭക്ഷണം, വസ്ത്രം, പാർപ്പിടം തുടങ്ങിയ അടിസ്ഥാന ആവശ്യങ്ങൾ കുട്ടികൾക്ക് പൊതുവെ ലഭ്യമാണ്. അഞ്ചുവയസായ മുഴുവൻ കുഞ്ഞുങ്ങളും സ്കൂളിലെത്തുന്നുണ്ട്. സ്കൂൾ വിദ്യാഭ്യാസം സൗജന്യമാണ്. പാഠപുസ്തകങ്ങളും ഉച്ചഭക്ഷണവും വിദ്യാലങ്ങളിൽനിന്ന് ലഭിക്കുന്നു. കൊഴിഞ്ഞുപോക്ക് തുലോം കുറവാണ് (SSLC വിജയശതമാനം 90 ശതമാനത്തിലെത്തി). പ്ലസ്–ടുവരെയുള്ള വിദ്യാഭ്യാസം സൗജന്യവും സാർവത്രികവുമാണ്. നാട്ടിൻപുറങ്ങളിലും ചികിത്സാസൗകര്യം ലഭ്യമാണ്. 98 ശതമാനം പ്രസവങ്ങളും ആശുപത്രികളിലാണ് നടക്കുന്നത്. ശിശുമരണനിരക്ക് വികസിത രാജ്യങ്ങളോടൊപ്പമാണ്. ജാതി–മത ഉച്ചനീചത്വങ്ങൾ കുട്ടികൾക്ക് അനുഭവപ്പെടുന്നില്ല. ഇത്തരം മാനദണ്ഡങ്ങളെല്ലാം വെച്ചുനോക്കിയാൽ കുട്ടികൾക്ക് താരതമ്യേന മെച്ചപ്പെട്ട ജീവിത സാഹചര്യമാണ് കേരളത്തിലുള്ളത് (ദാരിദ്ര്യത്തിന്റെ ചില തുരുത്തുകളിൽ ഇതിനപവാദമായ അവസ്ഥ ഉണ്ടായേക്കാം).

എന്നാൽ നമ്മുടെ കുട്ടികൾ വളരേണ്ട രീതിയിൽത്തന്നെയാണോ വളരുന്നത്? വീടിനും നാടിനും പ്രയോജനപ്രദമായ രീതിയിൽ ജീവിക്കാനാവശ്യമായ അനുഭവമാണോ ജീവിതത്തിൽനിന്നും വിദ്യാഭ്യാസത്തിൽനിന്നും അവർക്ക് ലഭിക്കുന്നത്?

1.2 നമ്മളെങ്ങനെ നമ്മളായി?

ഇന്ത്യയിലെ ഇതരസംസ്ഥാനങ്ങളിൽനിന്ന് കേരളം എങ്ങനെ വ്യത്യസ്തമായി എന്നറിയാതെയാണ് ഇന്ന് കേരളത്തിലെ കുട്ടികൾ വളരുന്നത്. ജനങ്ങളുടെ സംഘടിത ഇടപെടലും അനേകം സമരമുന്നേറ്റങ്ങളുമാണ് കേരളത്തെ മാറ്റിത്തീർത്തതെന്ന യാഥാർഥ്യം ഇന്നത്തെ തലമുറ മറന്നുകഴിഞ്ഞ മട്ടാണ്. വരുംതലമുറയ്ക്ക് ഇതാരും പകർന്നുകൊടുക്കുന്നുമില്ല. നമ്മളെങ്ങനെ നമ്മളായി എന്ന് തിരിച്ചറിയാതെയാണ് കുട്ടികൾ വളരുന്നത്. അരാഷ്ട്രീയ പ്രത്യയശാസ്ത്രത്തിന്റെ പിടിയിലമരാൻ ഇത് അനുകൂല സാഹചര്യമൊരുക്കുന്നു.

ചോദ്യംചെയ്യപ്പെടാത്ത ആധിപത്യമാണ് ആഗോളകമ്പോള വ്യവസ്ഥ ആവശ്യപ്പെടുന്നത്. എല്ലാം നേടിക്കഴിഞ്ഞു എന്ന് വിചാരിക്കുന്ന സമ്പന്നവിഭാഗങ്ങൾക്ക് രാഷ്ട്രീയവും സമരവും സംഘടനയും അലോസരമുണ്ടാക്കുന്ന അനാവശ്യങ്ങളാണ്. ഈ ഉപരിവർഗപ്രത്യയശാസ്ത്രത്തെ സാധാരണക്കാരന്റെ സാമാന്യബോധമാക്കി മാറ്റാൻ മാധ്യമങ്ങളും ചില അരാഷ്ട്രീയ ബുദ്ധിജീവികളും എഴുത്തുകാരും നിരന്തരം ശ്രമിക്കുന്നു. നിലവിലുള്ള ജീവിതവ്യവസ്ഥയോട് പുതുതലമുറകളെ ഇണക്കിച്ചേർക്കൽ ദൗത്യമായി അംഗീകരിക്കുന്ന ഔപചാരികവിദ്യാഭ്യാസവും ഇതിന് കരുത്തു പകരുന്നു. സ്വകാര്യ വിദ്യാലയങ്ങളിലും പൊതു വിദ്യാലങ്ങളിലും വിദ്യാർഥി സംഘടനാ പ്രവർത്തനം ദുർബലമാവുകയാണ്. ഇത് അരാഷ്ട്രീയവൽക്കരണത്തിന് അനുകൂല സാഹചര്യമായി മാറുന്നു.

അരാഷ്ട്രീയവൽക്കരിക്കപ്പെടുന്ന സമൂഹം ആഗ്രഹിക്കുന്നതും സംഘടനാ പ്രവർത്തനവും സമരവുമില്ലാത്ത വിദ്യാലയങ്ങളാണ്. രാഷ്ട്രീയ സംഘടനാ പ്രവർത്തനങ്ങളുടെ യാതൊരനുഭവവും ലഭിക്കാതെയാണ് നമ്മുടെ കുട്ടികൾ വളരുന്നത്.

1.3 കമ്പോളത്തിന്റ പ്രലോഭനങ്ങൾ

സ്വാഭാവികമായും ആഗോളകമ്പോളത്തിന്റ പ്രലോഭനങ്ങൾക്ക് കുഞ്ഞുങ്ങളും വിധേയരാകുന്നു. 'അടിപൊളി' ജീവിതം പുതിയ തലമുറയുടെ ഹരമായി മാറിയിരിക്കയാണ്. മൊബൈലും ബൈക്കും വിലകൂടിയ വസ്ത്രങ്ങളും സ്വർണാഭരണങ്ങളും ഷൂസുമെല്ലാം കുട്ടികളെ വല്ലാതെ മോഹിപ്പിക്കുന്നു. ടി വി പരസ്യങ്ങൾ കുട്ടികളുടെ ഇഷ്ടാനിഷ്ടങ്ങളെയും ആവശ്യങ്ങളെയും സ്വാധീനിക്കുന്നു, ജീവിതസങ്കൽപ്പങ്ങളെ രൂപപ്പെടുത്തുന്നു. കുട്ടികളും ഉപഭോഗസംസ്കാരത്തിന്റെ പിടിയിലമരുന്നു.

1.4 നവമാധ്യമങ്ങൾ

മൊബൈൽ ഫോൺ, ഇന്റർനെറ്റ് തുടങ്ങിയവ കുട്ടികളുടെ മുമ്പിൽ വിവരശേഖരണത്തിന്റ അനന്തസാധ്യതകളാണ് തുറന്നിടുന്നത്. എന്നാൽ കുട്ടികളിൽ വലിയൊരു ശതമാനം ഈ നവമാധ്യമങ്ങളുടെ ദുരുപയോഗത്തിന്റെ നീരാളിപ്പിടുത്തത്തിലാണ്. ഇത് അരാജക പ്രവണതകളിലേക്ക് വഴുതിവീഴാൻ കാരണമാവുന്നു. അരാഷ്ട്രീയ ക്യാമ്പസുകൾ ഈ സാധ്യത വർധിപ്പിക്കുന്നു.

1.5 ഇരുട്ട് പരക്കുമ്പോൾ

മതസാമുദായിക സംഘടനകൾ കുഞ്ഞുങ്ങളെ ചെറുപ്പത്തിലേ പിടികൂടുന്നു. മതസ്ഥാപനങ്ങൾ, അനാഥാലയങ്ങൾ എന്നിവ ഇതിനുപയോഗിക്കപ്പെടുന്നു. അരാഷ്ട്രീയ ക്യാമ്പസുകളിലും സാമുദായിക സംഘടനകൾ വേരുറപ്പിക്കുന്നു. മതത്തിന്റെയും സമുദായത്തിന്റെയും പേരിൽ നിരവധി ബാലസംഘടനകൾ കേരളത്തിൽ പ്രവർത്തിക്കുന്നുണ്ട്. കുട്ടികളുടെ മൂല്യാധിഷ്ഠിത വിദ്യാഭ്യാസം എന്ന വ്യാജസങ്കൽപ്പം മതഭക്തരായ രക്ഷിതാക്കളുടെ പിന്തുണ നേടാൻ സഹായിക്കുന്നു. കുട്ടികളുടെ രംഗത്തുള്ള മതസാമുദായിക സംഘടനകൾ കേരളത്തിന്റെ മതനിരപേക്ഷ ജീവിതത്തിന് കനത്ത വെല്ലുവിളിയാണ്.

1.6 അന്ധവിശ്വാസങ്ങൾക്കും അനാചാരങ്ങൾക്കും

എതിരെ പൊരുതി വളർന്ന കേരളം അതിവേഗം ഒരു തിരിച്ചുപോക്ക് നടത്തുകയാണോ എന്ന് ആശങ്കപ്പെടുന്നു. മന്ത്രവാദവും (മാട്ടും മാരണവും) ഏലസും ജ്യോതിഷവും ആൾദൈവങ്ങളും സമൂഹത്തെ വലിയഅളവിൽ സ്വാധീനിക്കുന്നു. കുട്ടികളെയും ഈ ദുഷ്പ്രവണതകൾ പിടികൂടുന്നു. നമ്മുടെ ഔപചാരികവിദ്യാഭ്യാസത്തിന് പുതുതലമുറകളെ ഈ ദൂഷിതവലയത്തിൽനിന്ന് മോചിപ്പിക്കാനാവുന്നില്ല.

1.7 ലഹരിയിൽ മുങ്ങുന്ന കേരളം

അരി വാങ്ങാൻ ചെലവഴിക്കുന്നതിനെക്കാൾ കുടുതൽ പണം മദ്യം വാങ്ങാൻ ചെലവഴിക്കുന്ന ജനത എന്ന കുപ്രസിദ്ധി കേരളത്തിനുള്ളതാണ്. ഇത് വലിയൊരു സാമൂഹിക ദുരന്തമാണ്. ഇതും കുഞ്ഞുങ്ങളെ കാര്യമായി ബാധിക്കുന്നു. മദ്യപാനികളായ രക്ഷിതാക്കളുടെ വീട്ടിൽ കുട്ടികൾ സുരക്ഷിതരല്ല.

എന്നുമാത്രമല്ല ലഹരിക്ക് കുട്ടികളും അടിമപ്പെടുന്നു. പാൻപരാഗ് പോലുള്ള ലഹരിവസ്തുക്കൾക്ക് സ്കൂൾ പരിസരങ്ങളിൽ നല്ല ചെലവാണ്. മെഡിക്കൽഷോപ്പുകളിൽനിന്നും ലഹരിപദാർഥങ്ങൾ വാങ്ങി ഉപയോഗിക്കുന്ന കുട്ടികൾ കുറവല്ല. ലഹരിക്കടിമകളായ പല കുട്ടികളും മയക്കുമരുന്ന് മാഫിയകളുടെ ഇരകളുമാണ്.

1.8 ബാല്യം കവർന്നെടുക്കുമ്പോൾ

കുട്ടികളെ വ്യക്തികളായി അംഗീകരിക്കുകയും അവരുടെ ഇഷ്ടാനിഷ്ടങ്ങളെയും അഭിപ്രായങ്ങളെയും മാനിക്കുകയും ചെയ്യുന്ന ഒരു ജനാധിപത്യ സമൂഹമായി മാറാൻ കേരളം ഇനിയും ബഹുദൂരം മുന്നോട്ടു പോകേണ്ടതുണ്ട്. തന്റെ അഭീഷ്ടം സാധിക്കാനുള്ള ഉരുപ്പടികളാണ് പലർക്കും കുട്ടികൾ. വളരെവേഗം ഉദ്ദിഷ്ട നേട്ടങ്ങളിലെത്താൻ കനത്ത സമ്മർദമാണ് കുട്ടികളിൽ ചെലുത്തുന്നത്. പ്രീ–പ്രൈമറി ഘട്ടം മുതൽ വിദ്യാഭ്യാസകാലം മുഴുവൻ പീഡനകാലമായി മാറാൻ ഇത് ഇടവരുത്തുന്നു. ഇതുണ്ടാക്കുന്ന പല സങ്കീർണങ്ങളായ മാനസിക പ്രശ്നങ്ങൾക്കും കുട്ടി വിധേയമാകുന്നു. ഗുരുതരമായ സാംസ്കാരിക–സാമൂഹിക പ്രത്യാഘാതങ്ങൾക്ക് കാരണമാകുന്ന ഈ പ്രവണതയുടെ ഗൗരവം വേണ്ടത്ര ചർച്ച ചെയ്യപ്പെടുന്നില്ല. സാമൂഹികപ്രതിബദ്ധതയില്ലാത്ത, നാടിനോടോ കുടുംബത്തോടോ സ്നേഹമില്ലാത്ത, പണം ചുരത്തുന്ന പ്രൊഫഷണലുകളായി, പലപ്പോഴും വിദേശത്ത് ഭാഗ്യമന്വേഷിക്കുന്ന 'എക്സ്പോർട്ട് ക്വാളിറ്റി പ്രോഡക്റ്റുക'ളായി പുറത്തുവരുന്ന ഒരു തലമുറ കേരളീയ ജീവിതത്തിലുണ്ടാക്കിയേക്കാവുന്ന പ്രത്യാഘാതങ്ങൾ അചിന്ത്യമാണ്.

1.9 അരക്ഷിതബാല്യം

ഇതിനപ്പുറത്താണ് കുട്ടികൾക്കുനേരെ നടക്കുന്ന അതിക്രമങ്ങൾ. കുട്ടികൾക്കുനേരെ നടക്കുന്ന ക്രൂരതകൾ വളർന്നുവരികയാണ്. പ്രൈമറി ക്ലാസിലെ കുട്ടികൾവരെ ലൈംഗികപീഡനത്തിനിരയാകുന്നു. യാത്രാവേളകൾ കുട്ടികൾക്ക് മഹാപീഡനമാണ് സമ്മാനിക്കുന്നത്, പ്രത്യേകിച്ച് പെൺകുട്ടികൾക്ക്. വീട്ടിൽപ്പോലും കുട്ടികൾ സുരക്ഷിതരല്ലെന്ന വാർത്തകൾ ജനാധിപത്യ കേരളത്തിന് ഒട്ടും ഭൂഷണമല്ല. കഠിനമായി ശിക്ഷിച്ച് മൃഗങ്ങളെ പരിശീലിപ്പിക്കുന്ന വ്യവഹാരരീതിയിൽ കുട്ടികളെ പഠിപ്പിക്കുന്ന പ്രീ–പ്രൈമറി വിദ്യാലയങ്ങളും അനാഥാലയങ്ങളുമെല്ലാം പീഡിതമായ നിഷ്കളങ്ക ബാല്യത്തിന്റ നിസ്സഹായമായ തേങ്ങലുകളുയരുന്ന തടവറകളാണ്.

1.10 ബാലസംഘടനകൾ

അച്ചടിദൃശ്യമാധ്യമങ്ങൾ (നവമാധ്യമങ്ങളടക്കം) കുട്ടികളിൽ പല രീതിയിലുള്ള പ്രതിലോമസ്വാധീനങ്ങൾ ചെലുത്തുന്നതായി നാം കണ്ടു (അരാഷ്ട്രീയവാദം, അടിപൊളി സംസ്കാരം, അന്ധവിശ്വാസങ്ങൾ). ഇതിനും പുറമെ ചില മാധ്യമങ്ങൾ കുട്ടികളെ സംഘടിപ്പിക്കുകയും ചെയ്യുന്നു. *മനോരമ* ബാലജനസഖ്യവും *മാതൃഭൂമി* സ്റ്റഡീസർക്കിളും ഈ അരാഷ്ട്രീയ സംഘടനകളിൽ ചിലതാണ്.

ബോധപൂർവമായ രാഷ്ട്രീയ ഇടപെടലില്ലാതെ വന്നാൽ കുടുംബശ്രീ ബാലസഭകളും അരാഷ്ട്രീയ പ്രസ്ഥാനമായി മാറാനുള്ള സാധ്യത കുറവല്ല. കുട്ടികളിൽ ശാസ്ത്രബോധം വളർത്തുക എന്ന ലക്ഷ്യത്തോടെ പ്രവർത്തിക്കുന്ന ശാസ്ത്ര സാഹിത്യ പരിഷത്ത് സംഘടിപ്പിക്കുന്ന ബാലവേദികൾ പുരോഗമന സ്വഭാവമുള്ള സംഘടനയാണ്. പക്ഷേ, അതിന്റെ പ്രവർത്തനം വേണ്ടത്ര വ്യാപകമല്ല. പ്രധാനമായും സ്കൂൾ കേന്ദ്രീകരിച്ചാണ് പ്രവർത്തനം. മാത്രവുമല്ല, ശാസ്ത്രീയ കാഴ്ചപ്പാടിനെ രാഷ്ട്രീയവുമായി കണ്ണിചേർക്കൽ ബാലവേദികളുടെ ലക്ഷ്യമല്ല.

1.11 വിദ്യാഭ്യാസത്തിന്റ രാഷ്ട്രീയം

ഈ ദു:സ്വാധീനങ്ങളിൽ നിന്നെല്ലാം കുഞ്ഞുങ്ങളെ വിമോചിപ്പിച്ച് കുട്ടികളുടെ സ്വാഭാവിക വളർച്ചയ്ക്ക് വഴിയൊരുക്കുക എന്നതാണ് വിദ്യാഭ്യാസത്തിന്റ ധർമ്മം. വിമോചനത്തിനായുള്ള സാംസ്കാരിക പ്രവർത്തനം എന്നാണ് പൗലോഫ്രെയർ വിദ്യാഭ്യാസത്തെ നിർവചിച്ചത്. എല്ലാത്തരം ഭൃത്യതകളിൽ നിന്നുമുള്ള മോചനമായാണ് ഗാന്ധിജിയും വിദ്യാഭ്യാസത്തെ കണ്ടത്.

എന്നാൽ ഔപചാരിക വിദ്യാഭ്യാസം നിലവിലുള്ള സാമൂഹികവ്യവസ്ഥയുമായി പുതുതലമുറകളെ ഇണക്കിച്ചേർക്കാനുള്ളതാണ്. അധീശവർഗത്തിന്റ ആശയപരവും സാംസ്കാരികവുമായ അധീശത്വം സമൂഹത്തിൽ ഉറപ്പിക്കാനുള്ള ഉപാധിയാണ് ഔപചാരിക വിദ്യാഭ്യാസം. അത് വിധേയന്മാരെ സൃഷ്ടിക്കുന്ന പ്രക്രിയയാണ്. അതിന് ഏകമുഖമായ ബോധനസമ്പ്രദായമാണ് അനുയോജ്യം. വ്യവഹാര മനഃശാസ്ത്ര തത്വങ്ങളുടെ അടിസ്ഥാനത്തിൽ മൃഗങ്ങളെ പരിശീലിപ്പിക്കുന്ന രീതിയിൽ ആവർത്തനവും അഭ്യാസവും (ചാട്ടവാറും അനിവാര്യമാണല്ലോ) വഴിയുള്ള–ശിക്ഷണ–സമ്പ്രദായമാണ് അഭികാമ്യം. അധ്യാപകന്റെ വിശദീകരണ പ്രഭാഷണങ്ങൾക്കുമുമ്പിൽ കുട്ടികൾ ഉദാസീന ശ്രോതാക്കളാവുന്നു. അവന്റെ സംശയങ്ങൾക്കോ ചോദ്യങ്ങൾക്കോ ഇടമില്ല. പാഠപുസ്തകങ്ങളിലെ വസ്തുതകൾ മനഃപാഠമാക്കലാണ് പഠനം. മനഃപാഠമാക്കാനുള്ള കഴിവ് പരിശോധിക്കുന്ന പരീക്ഷകളാണ് മികവിന്റെ അളവുകോൽ.

വിധേയന്മാരെ സൃഷ്ടിക്കുക എന്ന ധർമം നിർവഹിക്കേണ്ട ഈ ഔപചാരിക വിദ്യാഭ്യാസ സംവിധാനത്തിലാണ് ജനാധിപത്യകേരളം നിർണായകമായ ചില ഇടപെടലുകൾ നടത്തിയത്. വിദ്യാഭ്യാസത്തിന്റെ സാർവത്രികവൽക്കരണം ജനാധിപത്യവൽക്കരണത്തിന്റെ ഒരു തലമാണ്. വിദ്യാഭ്യാസത്തിന്റെ ഉള്ളടക്കത്തെ ജനാധിപത്യവൽക്കരിക്കാ

നാണ് പാഠ്യപദ്ധതി നവീകരണങ്ങളിലൂടെ നാം ശ്രമിച്ചത്. അതിൽ ശ്രദ്ധേയമായ മുന്നേറ്റമുണ്ടാക്കാൻ നമുക്ക് കഴിഞ്ഞു.

എന്നാൽ ഈ ജനാധിപത്യവൽക്കരണത്തെ പുറകോട്ടടുപ്പിക്കാൻ പല രീതിയിലും ശ്രമം നടക്കുന്നു. വിദ്യാഭ്യാസത്തിന്റ സ്വകാര്യവൽക്കരണവും കച്ചവടവൽക്കരണവും അധീശവർഗത്തിന്റ കടന്നാക്രമണത്തിന്റെ ഒരു മുഖമാണ്. മതമേധാവികളും സാമുദായികശക്തികളും പാഠ്യപദ്ധതിയിലും പാഠപുസ്തക രചനയിലും ഇടപെടുന്നത് ഈ ആക്രമണത്തിന്റെ മറ്റൊരു തലമാണ്. ആധുനിക മനഃശാസ്ത്രത്തിന്റെയും വിദ്യാഭ്യാസ തത്വങ്ങളുടെയും അടിസ്ഥാനത്തിൽ രൂപീകരിക്കപ്പെട്ട ഈ പാഠ്യപദ്ധതിതന്നെ ശരിയല്ലെന്ന പ്രചരണവും ദശാബ്ദങ്ങൾക്കുമുമ്പുള്ള പഠനബോധനസമീപനങ്ങളുൾക്കൊള്ളുന്ന സി ബി എസ് ഇ സിലബസാണ് അഭികാമ്യമെന്നുള്ള നിലപാടും അതിനനുസരണമായ നടപടികളും ചരിത്രത്തെ പുറകോട്ടുതിരിക്കുന്ന കടുത്ത കടന്നാക്രമണങ്ങളാണ്.

ഈ പശ്ചാത്തലത്തിൽ ഔപചാരികവിദ്യാഭ്യാസ സംവിധാനത്തിനു സമാന്തരമായി ജനാധിപത്യ വിദ്യാഭ്യാസപ്രസ്ഥാനത്തിന് രൂപംകൊടുത്ത് ശക്തിപ്പെടുത്തേണ്ടത് അനിവാര്യമാണ്. അത്തരം ഒരു ജനാധിപത്യ വിദ്യാഭ്യാസ – സാംസ്കാരിക പ്രസ്ഥാനമായി മാറാനാണ് ബാലസംഘം ശ്രമിക്കുന്നത്. വിദ്യാഭ്യാസരംഗത്ത് ഒരു ബദൽ ഉയർത്തുകയാണ് നാം ചെയ്യേണ്ടത്.

2. ബദൽ വിദ്യാഭ്യാഭ്യാസത്തിന്റെ ലക്ഷ്യങ്ങൾ:

ചുറ്റുമുള്ള ജീവിതത്തിൽ ഇടപെട്ട് പുതുക്കിപ്പണിയാൻ ത്രാണിയും തന്റേടവുമുള്ളവരായി കുട്ടികൾ വളർന്നുവരണം. കുട്ടികളെ അതിനു സഹായിക്കുന്നതായിരിക്കണം, ജനാധിപത്യവിദ്യാഭ്യാസം. ജാതി–മത ഭിന്നതകൾക്കതീതമായി രക്ഷിതാക്കളുടെ രാഷ്ട്രീയ നിലപാടുകൾ പരിഗണിക്കാതെ ഒത്തുകൂടാൻ കഴിയുന്ന കേരളത്തിലെ മുഴുവൻ കുട്ടികളുടെയും പൊതുകൂട്ടായ്മയാണ് ബാലസംഘം വിഭാവനം ചെയ്യുന്നത്.

ഒരു ബദൽ വിദ്യാഭ്യാസ – സാംസ്കാരിക പ്രസ്ഥാനമെന്നനിലയിൽ ബാലസംഘം താഴെപ്പറയുന്ന പ്രവർത്തനലക്ഷ്യങ്ങൾ മുന്നോട്ടുവെക്കുന്നു.

- ശാസ്ത്രീയ ജീവിതവീക്ഷണവും ചരിത്രബോധവുമുള്ളവരായി കുട്ടികൾ വളർന്നുവരണം.
- മനുഷ്യസ്നേഹവും സാമൂഹികപ്രതിബദ്ധതയും സന്നദ്ധതയുമുള്ളവരായി കുട്ടികൾ വളരണം.
- പരിസ്ഥിതി അവബോധമുള്ളവരും പ്രകൃതിയെ സ്നേഹിക്കുകയും സംരക്ഷിക്കുകയും ചെയ്യുന്നവരുമാകണം. പ്രകൃതിയും മനുഷ്യനും

തമ്മിലുള്ള ആരോഗ്യകരമായ ബന്ധം നിലനിർത്തേണ്ടതിന്റെ പ്രാധാന്യം ഉൾക്കൊണ്ടവരാകണം.

- അധ്വാനത്തിന്റെ മഹത്വത്തെ അംഗീകരിക്കാനും അധ്വാനിക്കുന്ന മനുഷ്യരെ ആദരിക്കാനും കഴിയുന്നവരായി വളരണം. സാമൂഹികാധ്വാനത്തിന്റെ മഹത്തായ നേട്ടങ്ങളിൽ അഭിമാനംകൊള്ളാൻ കഴിയുന്നവരാകണം.
- അഭിപ്രായങ്ങളിലും വിശ്വാസങ്ങളിലും വ്യത്യസ്തത പുലർത്തുന്ന അന്യരുടെ വിശ്വാസപ്രമാണങ്ങളെ വിയോജിപ്പു നിലനിർത്തുമ്പോൾത്തന്നെ ആദരിക്കാൻ കഴിയണം. മതനിരപേക്ഷ ജീവിതസംസ്കാരം ഉൾക്കൊള്ളുന്നവരായിരിക്കണം.
- ലിംഗസമത്വം അംഗീകരിക്കാൻ കഴിയണം. എല്ലാത്തരത്തിലുമുള്ള ലിംഗവിവേചനത്തിനും എതിരായിരിക്കണം.
- യുദ്ധവിരുദ്ധ മനോഭാവമുള്ളവരും സമാധാനകാംക്ഷികളുമായ് വളരണം.
- കുട്ടികളുടെ അവകാശങ്ങളെക്കുറിച്ചു ബോധമുള്ളവരായിരിക്കണം.
- കേരളത്തിന്റെ തനതുകലാപാരമ്പര്യത്തിൽ അഭിമാനമുള്ളവരായിരിക്കണം.
- കേരളത്തിന്റെ കായികസംസ്കാരം ഉൾക്കൊള്ളുന്നവരും കായികക്ഷമതയുള്ളവരുമായി വളരണം.
- മാനവരാശിയുടെ സാംസ്കാരിക വൈവിധ്യങ്ങളെ ആദരിക്കാനും മാനവരാശിയുടെ കൂട്ടായ സ്വത്തെന്ന നിലയിൽ അഭിമാനിക്കാനും കഴിയണം.
- ചുറ്റുമുള്ള ജീവിതയാഥാർഥ്യങ്ങളെ വിമർശനപരമായി വിലയിരുത്താനും പ്രശ്നങ്ങൾ വിശകലനം ചെയ്തു പരിഹാരം തേടാനും അതനുസരിച്ച് ഇടപെടാനും കഴിവുള്ളവരാകണം.
- ഉയർന്ന നീതിബോധമുള്ളവരും എല്ലാത്തരം അനീതികൾക്കും തിന്മകൾക്കും എതിരെ ഫലപ്രദമായി പ്രതികരിക്കാൻ കഴിയുന്നവരുമാകണം.
- ചുറ്റുമുള്ള ജീവിതത്തെ കൂടുതൽ മെച്ചപ്പെട്ടതായി പുതുക്കിപ്പണിയുന്നത് തന്റെകൂടി ചുമതലയാണെന്നും അതിനുവേണ്ടി കൂട്ടായി പ്രവർത്തിക്കേണ്ടതുണ്ടെന്നുമുള്ള തിരിച്ചറിവുള്ളവരാകണം. ചുറ്റുപാടിൽ സർഗാത്മകമായി ഇടപെടാനുള്ള കഴിവുള്ളവരായി കുട്ടികൾ വളരണം.
- ജനാധിപത്യ ജീവിതനൈപുണികൾ ആർജിച്ചവരായി കുട്ടികൾ വളരണം.
- സ്വാഭിപ്രായം ആർജവത്തോടും തന്റേടത്തോടുംകൂടി അന്യരെ ചിന്തിപ്പിക്കുംവിധം ആവിഷ്കരിക്കാനുള്ള കഴിവ്, അതിനായ് വിവരസാ

ങ്കേതിക വിദ്യയുടെ സാധ്യതകൾ പ്രയോജനപ്പെടുത്താനുള്ള ശേഷി യുൾപ്പെടെ–

- മറ്റുള്ളവരുടെ അഭിപ്രായങ്ങളെ ശ്രദ്ധാപൂർവം ശ്രവിക്കാനും, വ്യത്യ സ്തത പുലർത്തുമ്പോഴും ആദരിക്കാനുമുള്ള സംസ്കാരം.
- മറ്റുള്ളവരുടെ പ്രതികരണങ്ങളുടെ അടിസ്ഥാനത്തിൽ സ്വാഭിപ്രായ ങ്ങൾ പുനഃപരിശോധിക്കാനും, ആവശ്യമാണെങ്കിൽ യുക്തിസഹമായി പരിഷ്കരിക്കാനുമുള്ള സന്നദ്ധത.
- മുഖ്യലക്ഷ്യത്തിനുവേണ്ടി ചില്ലറ അഭിപ്രായവ്യത്യാസങ്ങൾക്കപ്പു റത്ത് വ്യക്തികളെ ഏകോപിപ്പിക്കാനുള്ള നേതൃശേഷി.

ചുരുക്കത്തിൽ പ്രകൃതിയിലും ചരിത്രത്തിലുമുള്ള സ്വന്തം ഇടം തിരി ച്ചറിഞ്ഞ തന്റേടികളും മനസലിവുള്ളവരുമായി നമ്മുടെ കുഞ്ഞുങ്ങൾ വളരണം. അതിനു സഹായകരമായ അനുഭവങ്ങളായിരിക്കണം, അവർ ക്ക് ബാലസംഘം പ്രവർത്തനങ്ങളിൽനിന്നു ലഭിക്കേണ്ടത്. അതിനുത കുന്ന പ്രവർത്തനപരിപാടികളാണ് ബാലസംഘം ആവിഷ്കരിക്കേണ്ടത്.

3. പ്രവർത്തന പരിപാടികൾ

3.1 യൂണിറ്റ് ഒത്തുചേരൽ

യൂണിറ്റ് പ്രവർത്തനമാണ് ബാലസംഘം മുന്നോട്ടുവെക്കുന്ന ഏറ്റവും പ്രധാനപ്പെട്ട പ്രവർത്തന പരിപാടി. രണ്ടാഴ്ചയിലൊരിക്കലെ ങ്കിലും യൂണിറ്റുകൾ ചേരാൻ കഴിയണം. വൈവിധ്യമാർന്നതും പുതുമ കളുള്ളതുമായി ഓരോ യണിറ്റ് ഒത്തുചേരലും മാറണം. വിജ്ഞാനപ്രദ മായ CD കളുടയെും, കുട്ടികളുടെ ചലച്ചിത്രങ്ങളുടെയും പ്രദർശനം യൂണിറ്റ് ഒത്തുചേരലിന്റെ ഭാഗമാകണം. കുട്ടികളുടെ ആത്മപ്രകാശന വേദികളാകണം യൂണിറ്റ് ഒത്തുചേരൽ. എന്നാൽ മുതിർന്നവർ നിഷ്ക്രിയ ശ്രോതാക്കളായി, വെറും സാക്ഷികളായി ഇരുന്നാൽ പോരാ. കുട്ടികൾക്ക് ഉദ്ദിഷ്ട അനുഭവങ്ങൾ ലഭ്യമാകുന്നുണ്ട് എന്നുറപ്പുവരുത്താനും, അവ ശരിയായി വിശകലനം ചെയ്യാനും കുട്ടികൾക്ക് കൈത്താങ്ങു നൽകു ന്നുണ്ട്. ഉദ്ദിഷ്ടലക്ഷ്യങ്ങൾ മനസിൽ കരുതി ഫലപ്രദമായി ഇടപെടാ നുള്ള ചുമതല ദിശാബോധമുള്ള മുതിർന്ന പ്രവർത്തകർക്കുള്ളതാണ്. യൂണിറ്റിലെ കൂട്ടുകാരുടെ വീട്ടിലോ വായനശാലയിലോ സ്കൂളിലോ മറ്റേതെങ്കിലും പൊതുസ്ഥലത്തോ ഒത്തുചേരാം. യൂണിറ്റ് ഭാരവാഹികൾ വീടുതോറും കയറിയിറങ്ങി കൂട്ടുകാരെ യൂണിറ്റിലേക്ക് ക്ഷണിക്കണം. നോട്ടീസിൽ ഒപ്പിടുവിക്കുന്ന സമ്പ്രദായവും സ്വീകരിക്കാവുന്നതാണ്. അതിന് ഒരു പ്രത്യേക നോട്ടുപുസ്തകം സൂക്ഷിക്കാവുന്നതാണ്.

ഓരോ ഒത്തുചേരലും അവസാനിക്കുന്നതിനുമുമ്പ് അടുത്ത ഒത്തു ചേരലിന്റെ സമയവും തീയതിയും തീരുമാനിക്കേണ്ടതാണ്. പ്രസ്തുത

ഒത്തുചേരലിൽ ഓരോരുത്തരും എന്തെല്ലാം ചെയ്യുമെന്ന് ചുമതലകൾ നിശ്ചയിക്കേണ്ടതുമാണ്.

യൂണിറ്റുകൾ ഒത്തുചേരുമ്പോൾ ഒന്നോ രണ്ടോ മുതിർന്ന പ്രവർത്തകരുടെ സാന്നിധ്യം ഉറപ്പു വരുത്തേണ്ടതുണ്ട്. വില്ലേജ് ഭാരവാഹികൾ മാറിമാറി പങ്കെടുക്കുന്നതും നല്ലതാണ്.

യൂണിറ്റിന്റെ പ്രവർത്തനക്രമം ഏതാണ്ട് താഴെ പറയും പ്രകാരമാകാം.

1. സ്വാഗതം ജോയിന്റ് സെക്രട്ടറി
2. അധ്യക്ഷൻ പ്രസിഡണ്ട്
3. റിപ്പോർട്ട് സെക്രട്ടറി (കഴിഞ്ഞ ഒത്തുചേരൽ സംബന്ധിച്ചും തുടർന്നുനടന്ന പ്രവർത്തനം സംബന്ധിച്ചും എഴുതിത്തയാറാക്കിയ റിപ്പോർട്ട് സെക്രട്ടറി അവതരിപ്പിക്കണം. എല്ലാ യൂണിറ്റുകളും ഒരു റിപ്പോർട്ട് പുസ്തകം സൂക്ഷിക്കണം.
4. ചർച്ച (റിപ്പോർട്ടിൽ വരുത്തേണ്ട തിരുത്തലുകൾ, കൂട്ടിച്ചേർക്കൽ)
5. വാർത്താവലോകനം (രണ്ടാഴ്ചത്തെ പ്രധാനവാർത്തകൾ ചുമതലപ്പെട്ട കൂട്ടുകാർ അവതരിപ്പിക്കുന്നു. ഒന്നോ രണ്ടോ കൂട്ടുകാർ ചുമതലയെടുക്കണം. യൂണിറ്റിന് ഒന്നോ രണ്ടോ വാർത്താ പുസ്തകവുമാകാം) അവതരിപ്പിച്ച വാർത്ത സംബന്ധിച്ച് ലഘു ചർച്ചയുമാകാം. വ്യക്തത വരുത്താൻ മുതിർന്നവർക്ക് ഇടപെടാം.
6. ഞാൻ വായിച്ച പുസ്തകം (കുട്ടികൾ വായിച്ച പുസ്തകത്തെ സംബന്ധിച്ച് വായനാക്കുറിപ്പുകൾ അവതരിപ്പിക്കുന്നു. ഒന്നോ രണ്ടോ കൂട്ടുകാർ ഓരോ ഒത്തുചേരലിലും ഇത് ചെയ്യണം)
7. കൂട്ടുകാരുടെ അവതരണങ്ങൾ (കഥ, പാട്ട്, കവിതാലാപനം, മിമിക്രി, മോണോആക്റ്റ്, ഡാൻസ്, നാടകം–എന്തുമാകാം. പരീക്ഷണ പ്രദർശനമാകാം. നിർമിതവസ്തുക്കളുടെയോ ചിത്രങ്ങളുടെയോ പ്രദർശനമാകാം).
8. മുതിർന്ന സംഘാടകർക്ക് പറയാനുള്ളത്.
9. അടുത്ത യൂണിറ്റ് ഒത്തുചേരൽ ആസൂത്രണം.
10. കൂട്ടപ്പാട്ട്.
11. ഒരു പുതിയ കളി (കളിച്ചുതിമിർത്തു പിരിയാം)

ഇത് യൂണിറ്റ് പ്രവർത്തനത്തിനുള്ള ഒരു പൊതുഘടന മാത്രമാണ്. അജണ്ടയിൽ മാറ്റം വരുത്താം. മറ്റുചില പ്രവർത്തനങ്ങൾ ഉൾപ്പെടുത്താം.

3.2 മരം നടാം

ഓരോ കൂട്ടുകാരനും ഓരോ മരം നടാം. വീട്ടിൽ/സ്കൂളിൽ /പൊതുസ്ഥലത്ത് ഓരോ യൂണിറ്റിനും ഓരോ മരമോ, മരക്കൂട്ടമോ നട്ടുവളർത്താം. ഒരു ബാലസംഘം മരം / ഒരു ബാലസംഘം പൂങ്കാവനം)

3.3 ജൈവവൈവിധ്യരേഖ

യൂണിറ്റ് പരിസരത്തുള്ള സസ്യജാലങ്ങളുടെയും ജന്തുക്കളുടെയും ഒരു രജിസ്റ്റർ തയാറാക്കാം. കൂട്ടുകാർക്ക് പ്രദേശം തിരിച്ചുനൽകി എല്ലാവർക്കും ഇതിൽ പങ്കാളികളാകാം.

3.4 നക്ഷത്രനിരീക്ഷണം

ഒരുമിച്ചുകൂടി മാനം നോക്കാം. നക്ഷത്രങ്ങളെ തിരിച്ചറിയാം.

3.5 പതിപ്പുകൾ/കയ്യെഴുത്തുമാസികകൾ

പ്രത്യേക പ്രവർത്തനങ്ങളുമായി ബന്ധപ്പെട്ട പതിപ്പുകൾ തയാറാക്കാം. ഉദാഹരണം ജൂലായ് 21 ചാന്ദ്രദിനം. ബഹിരാകാശ യാത്രികരെക്കുറിച്ചുള്ള വിവരങ്ങൾ, ബഹിരാകാശ ഗവേഷണത്തെക്കുറിച്ചുള്ള കുറിപ്പുകൾ, പത്രവാർത്തകൾ, ഇതുമായി ബന്ധപ്പെട്ട കവിതകൾ, പാട്ടുകൾ, കഥകൾ എന്നിവയെല്ലാം ശേഖരിച്ചുചേർക്കാം. കൂട്ടുകാരുടെ സ്വന്തം പാട്ടും കവിതയുമാകാം. ഇതുപോലെ സ്വാതന്ത്ര്യദിനത്തിനും ഓണാഘോഷത്തിനും പതിപ്പുകളിറക്കാം.

കൂട്ടുകാരുടെ കഥ, കവിത, ലേഖനം തുടങ്ങിയ സർഗരചനകൾ അടങ്ങിയ കയ്യെഴുത്തുമാസികയും തയാറാക്കാം.

ഓരോ തവണയും ഒരു ചെറുസംഘത്തെ പത്രാധിപസമിതിയുടെ ചുമതല ഏൽപ്പിക്കാം.

3.6 സാമൂഹ്യശുചീകരണം

ആഗസ്റ്റ് 15 നോ, ഒക്ടോബർ 2 നോ, ജൂൺ 5 നോ ഒരു പൊതുസ്ഥലം കൂട്ടുകാർക്ക് ശുചീകരിക്കാം. തൊട്ടു മുമ്പുള്ള യൂണിറ്റ് യോഗത്തിൽവെച്ച് നന്നായി ആസൂത്രണം ചെയ്യണം. സ്ഥാപനത്തിലെ ജീവനക്കാരുടെയും അയൽപക്കസമൂഹത്തിന്റെയും പങ്കാളിത്തവും സഹകരണവും തേടണം. പകർച്ചവ്യാധികൾ പടരുന്നതിനെതിരായുള്ള പ്രചാരവേലകൾ സംഘടിപ്പിക്കാം.

3.7 അടുക്കളത്തോട്ടം

പച്ചക്കറികൾ, ചീര,ചീനമുളക്, തുടങ്ങിയവ ബാലസംഘം കൂട്ടുകാരുടെ വീട്ടിൽ കൃഷി ചെയ്യാം. പൊതുസ്ഥലത്ത്, പുറംപോക്ക് സ്ഥലങ്ങളിൽ യൂണിറ്റിന് ഒരുമിച്ച് കൃഷി ചെയ്ത് വിളവെടുക്കാം. അനുഭവങ്ങൾ ക്രോഡീകരിച്ച് കൃഷിപ്പതിപ്പിറക്കാം.

3.8 അതിഥികൾക്കൊത്ത്

യൂണിറ്റ് ഒത്തുചേരലിന് ചില അതിഥികളെ ക്ഷണിക്കാം. ഒരു ഡോക്ടറോ വക്കീലോ നാട്ടുവൈദ്യനോ നാടൻകലാകാരനോ കർഷകനോ മരപ്പണിക്കാരനോ പാട്ടുകാരനോ ആരുമാകാം നമ്മുടെ അതിഥി. പഞ്ചായത്തംഗമോ MLA യോ MP യോ ഒക്കെയാകാം. ഒരു പാട്ടുകാരനോ ചിത്രകാരനോ ആകാം. പരീക്ഷണം കാണിക്കുന്ന ഒരു മാഷോ പൊതുപ്രവർത്തകനോ ആരുമാകാം. അഭിമുഖത്തിന് വേണ്ട തയാറെടുപ്പുകൾ നടത്തണം. അഭിമുഖം നടത്തി അനുഭവക്കുറിപ്പുകൾ പതിപ്പിനോ മാസികയ്ക്കോ കൊടുക്കാൻ മറക്കരുത്.

3.9 ശേഖരണം

സ്റ്റാമ്പ്, തൂവലുകൾ, ഹെർബേറിയം, വിത്തുകൾ, ശാസ്ത്ര വാർത്തകൾ എന്നിവ ശേഖരിച്ചു സൂക്ഷിക്കണം. പഴയ ജീവിതത്തിന്റെ അടയാളങ്ങളായിരുന്ന ഗൃഹോപകരണങ്ങൾ, പണിയായുധങ്ങൾ എന്നിവയുടെ ശേഖരണവും പ്രദർശനവുമാകാം.

3.10 വിരുന്നുകൾ

ഒരു യൂണിറ്റിന് അതേ വില്ലേജിലുള്ളതോ മറ്റേതെങ്കിലും വില്ലേജിലുള്ളതോ ആയ യൂണിറ്റിലേക്ക് വിരുന്നുപോകാം. ഒരുമിച്ച് ഒത്തുചേരാം. അനുഭവങ്ങൾ പങ്കുവയ്ക്കാം. ഓരോ വീട്ടിൽനിന്ന് ഓരോ വിഭവം വീതം കൊണ്ടുവന്ന് ഒരു നല്ല സദ്യയുണ്ടാക്കാം. തിരിച്ച് വിരുന്നു വിളിക്കുകയും ചെയ്യാം.

3.11 അന്വേഷണപ്രോജക്ടുകൾ

സാധ്യമായ ശാസ്ത്ര പ്രോജക്ടുകൾ, പ്രാദേശിക ചരിത്രാന്വേഷണപ്രോജക്ട്, നാട്ടറിവുകളുടെ ശേഖരണം തുടങ്ങിയ ചില അന്വേഷണപഠനങ്ങൾ കൂട്ടുകാർക്കെടുക്കാം. കുടിവെള്ള ലഭ്യത, വിദ്യാഭ്യാസം, മാധ്യമങ്ങളുടെ സ്വാധീനം, കല്യാണച്ചെലവുകൾ തുടങ്ങിയ സാമൂഹ്യപഠനങ്ങളുമാകാം.

3.12 ചെറുയാത്രകൾ

പുഴത്തീരത്തേക്കോ കുന്നിൻപുറത്തേക്കോ വയലിലേക്കോ തോട്ടത്തിലേക്കോ ഒരു ചെറുയാത്ര. യാത്രാക്കുറിപ്പുകൾ തയാറാക്കണം. യാത്രാക്കുറിപ്പുകൾ ചേർത്ത് ഒരു പതിപ്പും ഇറക്കാം. ഉദയമോ അസ്തമയമോ കാണാം. പ്രകൃതിനിരീക്ഷണമാകാം.

ഇതൊക്കെ സാധ്യതകൾ മാത്രമാണ്. ഇനിയും ഈ ലിസ്റ്റ് നീട്ടുന്നില്ല. ബാലസംഘത്തിന്റെ യൂണിറ്റുകൾക്കും വില്ലേജ് ഏരിയാ ജില്ലാക

മ്മിറ്റികൾക്കും അവരുടെ കൂട്ടായ സർഗശേഷി ഉപയോഗിച്ച് ബാലസംഘം യൂണിറ്റുകൾക്കു ചെയ്യാവുന്ന ലളിതവും പ്രയോജനപ്രദവുമായ അനേകം പ്രവർത്തനരൂപങ്ങൾ കണ്ടെത്താവുന്നതാണ്. അവ യൂണിറ്റുകൾ തമ്മിലും വില്ലേജുകൾ തമ്മിലും ജില്ലാതലത്തിലും കൈമാറാൻ കഴിഞ്ഞാൽ പ്രവർത്തന സാധ്യതകളുടെ അനന്തമായ പട്ടിക തന്നെയുണ്ടാകും.

3.13 മറ്റ് പ്രവർത്തന സാധ്യതകൾ

ഓരോ മാസവും ഓരോ പ്രധാനദിവസം തെരഞ്ഞെടുത്ത് അതുമായി ബന്ധപ്പെട്ട പ്രവർത്തനങ്ങൾ ആസൂത്രണം ചെയ്യാവുന്നതാണ്. പ്രസ്തുത ദിനാചരണവുമായി ബന്ധപ്പെട്ട് ആനുകാലിക പ്രാധാന്യമുള്ള ഒരു മുദ്രാവാക്യമോ ആശയമോ പ്രചരിപ്പിക്കുന്ന പൊതുപരിപാടിയോടൊപ്പം യൂണിറ്റ് തലത്തിൽ നടക്കേണ്ട പ്രവർത്തനങ്ങൾ ഉണ്ടാകണം. ഉദാ– ജനുവരി 30. മതസൗഹാർദസായാഹ്നം. വില്ലേജ് തലത്തിൽ കുട്ടികളുടെ സ്നേഹക്കൂട്ടായ്മ എന്ന നിലയിൽ ആചരിക്കുമ്പോൾ തൊട്ടുമുമ്പ് യൂണിറ്റുകളിൽ മതസൗഹാർദം എന്ന ആശയത്തെക്കുറിച്ചു ചർച്ച ചെയ്യണം. കൂട്ടുകാർതന്നെ പ്രശ്നം അവതരിപ്പിക്കട്ടെ. അതിന്റെ അടിസ്ഥാനത്തിൽ പോസ്റ്ററുകൾ തയാറാക്കി ഒട്ടിക്കുന്നു. സ്നേഹക്കൂട്ടായ്മയിൽ ഒരു പാട്ടോ കഥയോ കഥാപ്രസംഗമോ നാടകമോ അവതരിപ്പിക്കാൻ തയാറെടുക്കുന്നു. പൊതുപരിപാടി വില്ലേജ് തലത്തിലാണെങ്കിലും യൂണിറ്റുതലത്തിലുള്ള ഒരു പ്രവർത്തനം നിർബന്ധമായും ഉണ്ടാകണം.

ഏപ്രിൽ 13	–	ജാലിയൻവാലാബാഗ് ദിനം
മെയ് 19	–	സ. നായനാർ ദിനം
ജൂൺ 5	–	ലോകപരിസര ദിനം
ജൂലായ് 21	–	ചാന്ദ്ര ദിനം (ജൂലായ് ശാസ്ത്രമാസം)
ആഗസ്റ്റ് 6–9	–	ഹിരോഷിമാ നാഗസാക്കി ദിനാചരണം
സെപ്തംബർ	–	ഓണാഘോഷം, ശ്രീനാരായണഗുരു ജയന്തി
ഒക്ടോബർ 2	–	ഗാന്ധിജയന്തി
നവംബർ 1	–	കേരളപ്പിറവി ദിനം
ഡിസംബർ 28	–	ബാലദിനം

ഇതിനുപുറമേ ജനുവരിയിൽ വിവേകാനന്ദ ദിനം, ഒക്ടോബറിൽ വയലാർ, ചെറുകാട്–വാഗ്ഭടാനന്ദൻ ദിനാചരണങ്ങൾ ആഗസ്റ്റ് – 15, ജനുവരി 26 തുടങ്ങി അനേകദിനങ്ങൾ കണ്ടെത്താവുന്നതാണ്. കാലിക പ്രാധാന്യമനുസരിച്ച് ആചരണപരിപാടി സംഘടിപ്പിക്കാവുന്നതുമാണ്. എല്ലാം ചേരുമ്പോൾ മിക്കവാറും എല്ലാ വിഷയങ്ങളും ഉൾക്കൊള്ളുന്ന ഒരു സമഗ്രത കൈവരിക്കാൻ കഴിയണം. നേരത്തെ മുന്നോട്ടുവെച്ച ലക്ഷ്യങ്ങൾ നേടാൻ കഴിയുന്ന വിധമായിരിക്കണം പ്രവർത്തനങ്ങൾ ആസൂത്രണം ചെയ്യേണ്ടത്.

3.14 ബാലോത്സവങ്ങൾ

കുട്ടികളുടെ നാനാമുഖമായ കഴിവുകൾ പ്രകടിപ്പിക്കാനുള്ള വിപുലമായ അവസരങ്ങളാണ് ബാലോത്സവങ്ങൾ. വേനലവധിക്കാലത്ത് ഓരോ ഗ്രാമത്തിലും ബാലോത്സവങ്ങൾ നടക്കണം. കുട്ടികളുടെ കലാപരമായ കഴിവുകൾ, കായികശേഷികൾ, സാഹിത്യരചനകൾ, ചിത്രകലാവൈദഗ്ധ്യം, നിർമാണ നൈപുണികൾ, ശാസ്ത്രപരീക്ഷണങ്ങൾ, യൂണിറ്റുകൾ തയാറാക്കുന്ന പതിപ്പുകൾ, കയ്യെഴുത്തുമാസികകൾ, അന്വേഷണ പ്രോജക്ടുകൾ, ശേഖരണങ്ങൾ, പോസ്റ്റർ തയാറാക്കൽ, വിവിധ നാടൻ കളികൾ, നാടൻ പാട്ടുകൾ ഇങ്ങനെ കുട്ടികളുടെ വൈവിധ്യമാർന്ന കഴിവുകളുടെ മേളയായിരിക്കണം, ബാലോത്സവങ്ങൾ. സാധാരണ കലാകായിക മേളകളിൽനിന്നു വ്യത്യസ്തവും പുതുമയുള്ളതുമായിരിക്കണം. മത്സരം എന്നതിലുപരി ഉത്സവം എന്നതായിരിക്കണം ലക്ഷ്യം. സംഘപ്രവർത്തനത്തിനാണ് പ്രാമുഖ്യം നൽകേണ്ടത് ഭാഷാകേളികളും ഗണിതകേളികളും ഉൾപ്പെടുത്താം. കുട്ടികളുടെ വായനാക്കുറിപ്പുകളുടെ പ്രദർശനവും വിലയിരുത്തലും ഉൾപ്പെടുത്താം. വേനലവധിക്കാലത്ത് ഓരോ ഗ്രാമത്തിലും പട്ടണത്തിലും നടക്കുന്ന ഏറ്റവും പ്രധാനപ്പെട്ട സാംസ്കാരിക സംഭവമാകണം, ബാലോത്സവം. എല്ലാ കുട്ടികളുടേയും പങ്കാളിത്തം ഉറപ്പുവരുത്തണം. നേരത്തെ തന്നെ സംഘാടക സമിതികൾ രൂപീകരിച്ച് നല്ല പ്രചരണം നൽകി സംഘടിപ്പിക്കേണ്ടതാണ്.

3.15 വേനൽത്തുമ്പികൾ

വേനലവധിക്കാലത്ത് നടത്താറുള്ള കുട്ടികളുടെ കലാജാഥയാണ് വേനൽത്തുമ്പികൾ. ബാലസംഘത്തിന്റെ വിദ്യാഭ്യാസ കാഴ്ചപ്പാട്, കുട്ടികളുടെ അവകാശങ്ങൾ, ചരിത്രം, മതനിരപേക്ഷത, അന്ധവിശ്വാസങ്ങൾക്കെതിരെയുള്ള നിലപാട്, സമകാലിക പ്രശ്നങ്ങളോടുള്ള പ്രതികരണങ്ങൾ തുടങ്ങിയ വിഷയങ്ങളും കുട്ടികൾക്കു രസകരമായ മറ്റു വിഷയങ്ങളും ഉൾക്കൊള്ളുന്ന സ്ക്രിപ്റ്റുകൾ നേരത്തെ തയാറാക്കി പരിശീലിച്ച കലാസംഘങ്ങളുടെ പര്യടനമാണ് വേനൽത്തുമ്പികൾ. ഈ കലാസംഘങ്ങളുടെ പര്യടനം ബാലോത്സവങ്ങളുമായി കൂട്ടിയിണക്കിയാണ് നടത്തേണ്ടത്. പ്രാദേശിക ബാലോത്സവ വേദികളിലേക്ക് തുമ്പികൾ പറന്നിറങ്ങി കലാപരിപാടി അവതരിപ്പിച്ചുപോകുന്ന രീതിയാണ് നടപ്പിലാക്കേണ്ടത്. ഏഷ്യയിലെ തന്നെ ഏറ്റവും വലിയ കുട്ടികളുടെ നാടകവേദിയായി വേനൽത്തുമ്പികൾ പറന്നുയർന്നിരിക്കുന്നു. കലാപരമായ ഗുണനിലവാരത്തിലും കുട്ടികളുടെ പങ്കാളിത്തത്തിലും നല്ല മുന്നേറ്റം ഉണ്ടാകേണ്ടതുണ്ട്.

3.16 കായികമേളകൾ

ഓണം അവധിക്കാലത്ത് ഓരോ വില്ലേജിലും കായികമേളകൾ സംഘടിപ്പിക്കണം. സാധാരണ സ്പോർട്സ് ഇനങ്ങളോടൊപ്പം രസകരമായ കായിക വിനോദങ്ങളും കളികളും ഉൾപ്പെടുത്താവുന്നതാണ്. അധ്വാനിക്കാനുള്ള കഴിവുമായി ബന്ധപ്പെട്ട മത്സരങ്ങളും സംഘടിപ്പിക്കാവുന്നതാണ്. മരം കയറുക, ചുടുകട്ട ചുമക്കുക, പച്ചക്കറി നുറുക്കുക, അലങ്കാരത്തുന്നൽ തുടങ്ങിയവ ഉദാഹരണങ്ങൾ.

3.17 സഹവാസ ക്യാമ്പുകൾ

വില്ലേജ്തലത്തിലോ ഏരിയാതലത്തിലോ സംഘടിപ്പിക്കുന്ന ക്യാമ്പുകൾ. വിവിധ വിഷയങ്ങളും വൈവിധ്യമാർന്ന പ്രവർത്തനങ്ങളുമാകാം. ഒരു രാത്രി സ്വന്തം വീടുവിട്ട് മറ്റൊരു കുടുംബവുമായി ഇടപെട്ട് താമസിക്കാൻ അവസരമുണ്ടാക്കൽ പ്രധാനമാണ്. ഉദയാസ്തമയ നിരീക്ഷണങ്ങൾ, നക്ഷത്രനിരീക്ഷണം, പക്ഷിനിരീക്ഷണം തുടങ്ങിയവ ഉൾപ്പെടുത്താവുന്നവയാണ്. കുട്ടികൾക്കുള്ള ലോകോത്തര സിനിമകളുടെ പ്രദർശനവുമാകാം.

3.18 കുട്ടികളുടെ അവകാശങ്ങൾക്കായി

ബാലാവകാശങ്ങളെക്കുറിച്ച് കുട്ടികൾക്കിടയിലും രക്ഷിതാക്കൾക്കിടയിലും പ്രചരണം സംഘടിപ്പിക്കണം. ആഗസ്റ്റ് 15 സ്വാതന്ത്ര്യദിനം, നവംബർ 14 ശിശുദിനം, ജനുവരി 26 റിപ്പബ്ലിക്ക് ദിനം തുടങ്ങിയ സന്ദർഭങ്ങളിൽ ബാലാവകാശങ്ങളെക്കുറിച്ചുള്ള സെമിനാറുകളും ചർച്ചകളും പ്രചരണങ്ങളും സംഘടിപ്പിക്കാവുന്നതാണ്. കുട്ടികൾക്കും അവകാശങ്ങളുണ്ടെന്ന് മുതിർന്നവർ തിരിച്ചറിയേണ്ടതാണ്. കുട്ടികളുടെ അവകാശങ്ങൾക്കുവേണ്ടി നിരന്തരം പോരാടേണ്ടതാണ്. സമഗ്ര ബാലനയം പ്രഖ്യാപിക്കണമെന്ന മുദ്രാവാക്യവും നാം തുടർച്ചയായി ഉന്നയിക്കേണ്ടതുണ്ട്.

3.19 ശിശുകേന്ദ്രിത വികസനത്തിനായി

വികസനം ഭാവി രൂപപ്പെടുത്താനുള്ളതാണ്. ഭാവി കുട്ടികളുടേതാണ്. അതിനാൽ ശിശുകേന്ദ്രിതമാകണം, വികസനം. ജനസംഖ്യയുടെ 40 ശതമാനം കുട്ടികളുടെ ക്ഷേമത്തിനായി വിനിയോഗിക്കേണ്ടതുണ്ട്. ഇക്കാര്യം നിരന്തരം പ്രചരിപ്പിക്കുന്നതോടൊപ്പം പ്രാദേശിക സ്വയംഭരണ സ്ഥാപനങ്ങളുടെ പദ്ധതി രൂപീകരണത്തിൽ പ്രായോഗികമായി ഇടപെടാൻ കഴിയണം. പഞ്ചായത്ത് തലത്തിലുള്ള കുട്ടികളുടെ ഗ്രാമസഭകൾ സംഘടിപ്പിക്കണം. പഞ്ചായത്ത് അംഗങ്ങളും പ്രസിഡന്റും ഗ്രാമസഭയിൽ പങ്കെടുക്കട്ടെ. കുട്ടികൾ അവരുടെ ആവശ്യങ്ങളും വികസന സങ്കൽപ്പ

ങ്ങളും മുന്നോട്ടുവെക്കട്ടെ. മെമ്മോറാണ്ടം തയാറാക്കി മുഴുവൻ കുട്ടികളുടേയും ഒപ്പുശേഖരിച്ച് എല്ലാ പഞ്ചായത്ത് അംഗങ്ങൾക്കും പാർട്ടികൾക്കും നൽകട്ടെ, ഒരു പഞ്ചായത്തിൽ കുട്ടികളുടെ ഒരു കേന്ദ്രം – പാർക്ക് – കളിസ്ഥലം, കുട്ടികളുടെ ലൈബ്രറിയും മിനിതീയേറ്ററും ഇന്റെർനെറ്റ്–കമ്പ്യൂട്ടർ സൗകര്യങ്ങൾ, കളിക്കാനുള്ള ഉപകരണങ്ങൾ, പാട്ടും ഡാൻസും മറ്റു കലാ രൂപങ്ങളും പരിചയപ്പെടാനും പരിശീലിക്കാനുള്ള സൗകര്യം എല്ലാമടങ്ങുന്ന ഒരു ശിശുവിഹാരകേന്ദ്രം നമുക്കു സങ്കൽപ്പിക്കാവുന്നതാണ്. ശാരീരിക മാനസിക വെല്ലുവിളി നേരിടുന്ന കുട്ടികൾക്കായി പരിശീലനകേന്ദ്രം സംഘടിപ്പിക്കാം.

3.20 ബാലപീഡനങ്ങൾക്കെതിരെ

അനാഥമന്ദിരങ്ങൾ, വിദ്യാലയങ്ങൾ, യാത്രാവേളകൾ, എന്തിന് വീട്ടിൽപ്പോലും കുട്ടികൾ സുരക്ഷിതരല്ലെന്ന അവസ്ഥ ജനാധിപത്യ കേരളത്തിന് ലജ്ജാകരമാണ്. പല രീതിയിൽ പീഡനത്തിനിരയാവുന്ന കുഞ്ഞുങ്ങൾക്കും രക്ഷിതാക്കൾക്കും ആശ്രയിക്കാവുന്ന പ്രസ്ഥാനമായി മാറാൻ ബാലസംഘത്തിനു കഴിയണം.

3.21 ലഹരിക്കെതിരെ

സമൂഹത്തിലെ മദ്യപാനാസക്തിക്കെതിരായി നിരന്തരം ക്യാമ്പെൻ നടത്തണം. ബോധവൽക്കരണവും പ്രചരണവും സംഘടിപ്പിക്കാം. സ്കൂൾപരിസരങ്ങളിൽ പാൻപരാഗുപോലുള്ള ലഹരിപദാർഥങ്ങൾ വൻതോതിൽ വിറ്റഴിക്കപ്പെടുന്നുണ്ട്. കുട്ടികളെ വഴിതെറ്റിച്ചു കാശുണ്ടാക്കാൻ നോക്കുന്നവരോട് ആ കച്ചവടം ഒഴിവാക്കാൻ കൂട്ടായി ആവശ്യപ്പെടണം. പോസ്റ്റർ ക്യാമ്പെൻ, ലഹരിവിരുദ്ധ ചിത്രരചന, നാടകങ്ങൾ, ലേഖനമത്സരം, പ്രസംഗ മത്സരം, ഹൗസ് ക്യാമ്പെൻ, വിദ്യാലയങ്ങൾക്കു മുന്നിൽ ലഹരിവിരുദ്ധ റാലികൾ തുടങ്ങിയവ സംഘടിപ്പിക്കാം, ഗ്രാമപഞ്ചായത്ത് / മുനിസിപ്പാലിറ്റി ഭരണസമിതികൾക്ക് മെമ്മോറാണ്ടം നൽകാം. അവരുടെ പങ്കാളിത്തം ഈ പ്രവർത്തനത്തിനാവശ്യമാണ്.

3.22 പൊതുവിദ്യാഭ്യാസ സംരക്ഷണത്തിനായി

സ്വകാര്യവൽക്കരണവും കച്ചവടവൽക്കരണവും വർഗീയവൽക്കരണവും പൊതുവിദ്യാഭ്യാസത്തിന് ശക്തമായ വെല്ലുവിളി ഉയർത്തുകയാണ്. പുതിയ പാഠ്യപദ്ധതിയിലും പാഠപുസ്തകങ്ങളിലും സാമുദായിക ശക്തികൾ ഇടപെടുന്നുണ്ട്. പൊതുവിദ്യാഭ്യാസവും നവീനപാഠ്യപദ്ധതിയും അട്ടിമറിക്കാൻ നടത്തുന്ന ശ്രമത്തിനെതിരെ ബാലസംഘം പോരാടേണ്ടതുണ്ട്. സമൂഹത്തിൽ വിദ്യാഭ്യാസം സംബന്ധിച്ച് സൃഷ്ടിക്കപ്പെട്ട തെറ്റായ സാമാന്യബോധത്തെ മാറ്റിത്തീർക്കേണ്ടതുണ്ട്. ഇതി

നായി നിരന്തരം പ്രചാരവേല നടത്തണം. രക്ഷിതാക്കളുടെ കൂട്ടായ്മ സംഘടിപ്പിച്ച് കാര്യം ബോധ്യപ്പെടുത്തണം. വിദ്യാഭ്യാസ സെമിനാറുകൾ സംഘടിപ്പിക്കണം. ജില്ലാ ഏരിയാ വില്ലേജ് തലങ്ങളിൽ, വിദ്യാഭ്യാസരംഗത്തെ ഇതര സംഘടനകളുമായി യോജിച്ച പ്രവർത്തനം സംഘടിപ്പിക്കണം.

കൺവീനർമാരുടെ കൺവെൻഷൻ

വർഷത്തിൽ രണ്ടു തവണ കൺവീനർമാരുടെ കൺവെൻഷൻ നടത്തണം. സെപ്റ്റംബർ–ഒക്ടോബർ മാസങ്ങളിലും ഫെബ്രുവരി–മാർച്ച് മാസങ്ങളിലും അതുവരെയുള്ള പ്രവർത്തനങ്ങൾ അവലോകനം ചെയ്യാനും ഭാവി പ്രവർത്തനങ്ങളെക്കുറിച്ചു ചർച്ച ചെയ്യാനും കൺവീനർമാരുടെ കൺവെൻഷൻ പ്രയോജനപ്പെടുന്നുണ്ട്.

ബാലസംഘം

ഭരണഘടന

1. പേര് : സംഘടനയുടെ പേര് ബാലസംഘം എന്നായിരിക്കും.

2. ലക്ഷ്യം : കുട്ടികൾക്കിടയിൽ ശാസ്ത്ര മനോഭാവവും യുക്തിചിന്തയും ചരിത്രബോധവും വളർത്തിയെടുക്കുന്ന സമാന്തര വിദ്യാഭ്യാസ സാംസ്കാരിക പ്രസ്ഥാനമാണ് ബാലസംഘം. ചൂഷണരഹിതവും നീതിനിഷ്ഠവുമായ ഒരു ലോകത്തിന്റെ സൃഷ്ടിക്കുവേണ്ടി ബാലസംഘം പ്രവർത്തിക്കും. ഇതിന്റെ ഭാഗമായി ചുവടെ ചേർക്കുന്ന ലക്ഷ്യങ്ങൾ ബാലസംഘം ഉയർത്തിപ്പിടിക്കും.

1. അന്ധവിശ്വാസങ്ങളിൽനിന്നും അനാചാരങ്ങളിൽനിന്നും ജാതി–മത–വംശ–വർണ പ്രാദേശിക സങ്കുചിത ചിന്തകളിൽനിന്നും കുട്ടികളെ വിമുക്തരാക്കുക.
2. ലിംഗ സമത്വം ഉയർത്തിപ്പിടിക്കുകയും ലിംഗ വിവേചനത്തിനെതിരെ പ്രവർത്തിക്കുകയും ചെയ്യുക.
3. കുട്ടികളിൽ അധ്വാനത്തോട് മതിപ്പുണ്ടാക്കുകയും അതിൽ അവരെ പങ്കാളികളാക്കുകയും ചെയ്യുക.
4. ശാസ്ത്രീയവും യുക്തിക്കധിഷ്ഠിതവുമായ വീക്ഷണവും പാരമ്പര്യത്തിന്റെ നല്ല അംശങ്ങളെ സ്വീകരിക്കാനും അല്ലാത്തവയെ തള്ളിക്കളയാനുമുള്ള വിവേചന ശീലവും വളർത്തിയെടുക്കുക.
5. കുട്ടികളിൽ സാർവദേശീയ ബോധവും സമാധാന വാഞ്ഛയും യുദ്ധ വിരുദ്ധ – സാമ്രാജ്യത്വ വിരുദ്ധ മനോഭാവവും വളർത്തുകയും ചെയ്യുക.

6. തന്റേയും താനുൾക്കൊള്ളുന്ന സമൂഹത്തിന്റേയും ശാരീരികവും മാനസികവുമായ ആരോഗ്യത്തിനും വളർച്ചയ്ക്കും വികസനത്തിനും വേണ്ടി പ്രവർത്തിക്കുവാൻ കുട്ടികളെ സജ്ജരാക്കുക.

7. പരിസ്ഥിതി സംരക്ഷണ പ്രവർത്തനങ്ങളിൽ ഏർപ്പെടാൻ കുട്ടികളെ പ്രാപ്തരാക്കുക.

8. കുട്ടികളെ സാമൂഹ്യവൽക്കരിക്കുന്നതിനും സാമൂഹ്യപ്രശ്നങ്ങളിൽ ഇടപെടാൻ സന്നദ്ധരാക്കുന്നതിനും വേണ്ടി പ്രവർത്തിക്കുക.

9. കുട്ടികളിൽ ഉൽകൃഷ്ടമായ മാനവിക മൂല്യങ്ങളിലുള്ള വിശ്വാസവും ഉയർന്ന സദാചാര ബോധവും മെച്ചപ്പെട്ട പെരുമാറ്റ രീതികളും വളർത്തിയെടുക്കുക.

10. കുട്ടികളുടെ കായികവും കലാപരവും ഭൗതികവുമായ സർഗശേഷിയെ പോഷിപ്പിക്കുകയും വികസിപ്പിക്കുകയും ചെയ്യുക.

11. കായിക ക്ഷമത നേടുന്നതിനും പരിപോഷിപ്പിക്കുന്നതിനും ഇതിന്റെ ഭാഗമായി നീന്തൽ പരിശീലനം, വ്യായാമ മുറകളുടെ പരിശീലനം തുടങ്ങിയ പരിപാടികൾ ആവിഷ്കരിച്ചു നടപ്പിലാക്കുക.

12. കുട്ടികളുടെ ക്ഷേമത്തിനും അവകാശങ്ങൾക്കും വേണ്ടി പ്രവർത്തിക്കുകയും കുട്ടികൾക്കെതിരായ അതിക്രമങ്ങൾ, ചൂഷണം, ബാലവേല തുടങ്ങിയവയെ ചെറുക്കുകയും ചെയ്യുക.

3. പ്രവർത്തന പരിധി

കേരള സംസ്ഥാനവും പോണ്ടിച്ചേരി സംസ്ഥാനത്തിലെ മാഹിയും ഉൾപ്പെടുന്നതായിരിക്കും സംഘടനയുടെ പ്രവർത്തന പരിധി.

4. പതാക

നീളവും വീതിയും തമ്മിലുള്ള അനുപാതം 3:2 ആകത്തക്കവിധത്തിൽ ചതുരാകൃതിയിൽ വെളുത്ത നിറത്തിലുള്ളതായിരിക്കും ബാലസംഘം പതാക. ഇതിന്റെ മുകളിൽ ഇടതുഭാഗത്തായി അഞ്ചുകോണുകളുള്ള ചുവന്ന നക്ഷത്രവും താഴെ വലതുഭാഗത്ത് വിലങ്ങനെ ബാലസംഘം എന്ന് നീലനിറത്തിലും ആലേഖനം ചെയ്തിരിക്കണം.

5. അംഗത്വം

6 മുതൽ 18 വയസുവരെ പ്രായമുള്ള എല്ലാ കുട്ടികൾക്കും ബാലസംഘത്തിൽ അംഗങ്ങളാകാം. അംഗമായി ചേരുന്ന ഓരോ കുട്ടിയും അംഗത്വ ഫോറത്തിൽ ഒപ്പുവയ്ക്കണം.

6. ഘടന

1. യൂണിറ്റുകൾ
2. വില്ലേജ് കമ്മിറ്റികൾ
3. ഏരിയാ കമ്മിറ്റികൾ
4. ജില്ലാ കമ്മിറ്റികൾ
5. സംസ്ഥാന കമ്മിറ്റി

7. യൂണിറ്റുകൾ – 15 മുതൽ 50 വരെ അംഗങ്ങൾ അടങ്ങിയതായിരിക്കും യൂണിറ്റ്. ഓരോ യൂണിറ്റും അംഗത്വഫീസായി 10 രൂപ മേൽകമ്മിറ്റിയെ ഏൽപ്പിക്കണം. ഇതിൽ 3 രൂപ വീതം ഏരിയാ – ജില്ലാ കമ്മിറ്റികൾക്കും 2 രൂപ വീതം വില്ലേജ് – സംസ്ഥാന കമ്മിറ്റികൾക്കുമുള്ള വിഹിതമാണ്. യൂണിറ്റുകൾ രണ്ടാഴ്ചയിലൊരിക്കലെങ്കിലും ഒത്തുചേരുകയും നിശ്ചയിക്കപ്പെട്ട പ്രവർത്തനങ്ങളിൽ ഏർപ്പെടുകയും ചെയ്യണം.

8. ഓരോ യൂണിറ്റിലും കുട്ടികൾക്കൊപ്പം അഞ്ച് മുതിർന്ന ആളുകളെ അംഗങ്ങളായി ചേർക്കണം. ഇവരിൽ രണ്ടുപേരെങ്കിലും വനിതകളായിരിക്കണം. മുതിർന്ന അംഗങ്ങൾ കുട്ടികൾക്കൊപ്പം അംഗത്വഫോറത്തിൽ ഒപ്പുവെച്ചിരിക്കണം.

9. വില്ലേജ് കമ്മിറ്റികൾ – 15 വരെ യൂണിറ്റുകൾ അടങ്ങിയതായിരിക്കും വില്ലേജ് കമ്മിറ്റികൾ.

10. യൂണിറ്റുകൾ ഒഴികെയുള്ള മറ്റു കമ്മിറ്റികളുടെ അംഗസംഖ്യ ചുവടെ ചേർക്കും പ്രകാരം ക്രമീകരിച്ചിരിക്കേണ്ടതും അവരെ അതതു സമ്മേളനങ്ങൾ തെരഞ്ഞെടുക്കേണ്ടതുമാണ്.

    1. വില്ലേജ് കമ്മിറ്റി – 15 മുതൽ 30 വരെ
    2. ഏരിയാ കമ്മിറ്റി – 25 മുതൽ 41 വരെ
    3. ജില്ലാകമ്മിറ്റി – 41 മുതൽ 61 വരെ
    4. സംസ്ഥാനകമ്മിറ്റി – 60 മുതൽ 80 വരെ

    മേൽ നിബന്ധനയ്ക്കു വിധേയമായി അതതു കാലത്ത് ഓരോ കമ്മിറ്റിയിലും ഉണ്ടായിരിക്കാവുന്ന പരമാവധി അംഗസംഖ്യ സംസ്ഥാന കമ്മിറ്റിയുടെ കാര്യത്തിൽ സംസ്ഥാന സമ്മേളനവും ജില്ലാകമ്മിറ്റിയുടെ കാര്യത്തിൽ സംസ്ഥാനകമ്മിറ്റിയും മറ്റു കമ്മിറ്റികളുടെ കാര്യത്തിൽ ജില്ലാ കമ്മിറ്റിയും തീരുമാനിക്കേണ്ടതാണ്.

    വില്ലേജ് കമ്മിറ്റി മുതൽ മേലോട്ടുള്ള കമ്മിറ്റികളിൽ അംഗമായിരിക്കുന്നവർ അതതു കമ്മിറ്റികളുടെ അംഗത്വഫോറത്തിൽ ഒപ്പുവെയ്ക്കേ

ണ്ടതും ഒന്നിലേറെ കമ്മിറ്റികളിൽ അംഗമായിരിക്കുന്നവർ അവർ അംഗമായിരിക്കുന്ന ഏറ്റവും ഉയർന്ന കമ്മിറ്റിയുടെ അംഗത്വഫോറത്തിൽ ഒപ്പുവെക്കേണ്ടതുമാണ്.

11. സംസ്ഥാന കമ്മിറ്റി ഒഴികെ വില്ലേജ് കമ്മിറ്റി മുതൽ മേലോട്ടുള്ള ഓരോ കമ്മിറ്റിയിലും ആകെ അംഗസംഖ്യയുടെ 40 ശതമാനം അധികരിക്കാത്ത എണ്ണം മുതിർന്നവരെ കൂടി അംഗങ്ങളാക്കാവുന്നതും എല്ലാ കമ്മിറ്റികളിലും കുട്ടികളിലും മുതിർന്നവരിലും മൂന്നിലൊന്നു വീതം വനിതകൾ ആയിരിക്കേണ്ടതുമാണ്.

12. ഭാരവാഹികൾ

വിവിധ ഘടകങ്ങളുടെ ഭാരവാഹികൾ ചുവടെ ചേർക്കും പ്രകാരമായിരിക്കേണ്ടതും അവരെ അതതു കമ്മിറ്റികൾ തെരഞ്ഞെടുക്കേണ്ടതുമാണ്.

1. കുട്ടികളായ അംഗങ്ങളിൽനിന്നും സംസ്ഥാന കമ്മിറ്റിക്ക് ഓരോ പ്രസിഡന്റും സെക്രട്ടറിയും മൂന്നുവീതം വൈസ് പ്രസിഡന്റ്, ജോയിന്റ് സെക്രട്ടറിമാരും.
2. മറ്റു ഘടകങ്ങൾക്ക് ഓരോ പ്രസിഡന്റ്, സെക്രട്ടറിമാരും രണ്ടുവീതം വൈസ് പ്രസിഡന്റ്, ജോയിന്റ് സെക്രട്ടറിമാരും.
3. വില്ലേജ് കമ്മിറ്റി മുതൽ മേലോട്ടുള്ള കമ്മിറ്റികൾക്ക് മുതിർന്ന അംഗങ്ങളിൽനിന്നും ഒരു കൺവീനർ രണ്ട് ജോയിന്റ് കൺവീനർമാരും. ജോയിന്റ് കൺവീനർമാരിൽ ഒരാളെങ്കിലും വനിതയായിരിക്കണം.
4. കുട്ടികളായ ഭാരവാഹികളിലും മുതിർന്ന ഭാരവാഹികളിലും മൂന്നിലൊന്നുഭാഗം വനിതകളായിരിക്കണം.
5. യൂണിറ്റുകൾക്ക് കുട്ടികളായ ഭാരവാഹികൾക്കു പുറമെ മുതിർന്നവരിൽനിന്നും ഓരോ കൺവീനറേയും തിരഞ്ഞെടുക്കേണ്ടതാണ്.

13. എല്ലാ ഘടകങ്ങൾക്കും ചുവടെ ചേർക്കും പ്രകാരം അംഗസംഖ്യയുള്ള എക്സിക്യൂട്ടീവ് കമ്മിറ്റിയെ അതതു ഘടകങ്ങൾ തെരഞ്ഞെടുക്കേണ്ടതാണ്.

    1. യൂണിറ്റുകൾ
    ഭാരവാഹികളും 5 മുതിർന്ന അംഗങ്ങളും അടങ്ങിയ 11 അംഗ എക്സിക്യൂട്ടീവ് കമ്മിറ്റി
    2. വില്ലേജ് എക്സിക്യൂട്ടീവ് കമ്മിറ്റി
    ഭാരവാഹികൾ അടങ്ങിയ 9 അംഗ എക്സിക്യൂട്ടീവ് കമ്മിറ്റി
    3. ഏരിയാ എക്സിക്യൂട്ടീവ് കമ്മിറ്റി
    9 മുതൽ 11 വരെ അംഗങ്ങൾ

4. ജില്ലാ എക്സിക്യൂട്ടീവ് കമ്മിറ്റി
   11 മുതൽ 15 വരെ അംഗങ്ങൾ

5. സംസ്ഥാന എക്സിക്യൂട്ടീവ് കമ്മിറ്റി
   15 മുതൽ 21 വരെ അംഗങ്ങൾ

14. സമ്മേളനങ്ങൾ

ഓരോ തലത്തിലുമുള്ള ഏറ്റവും ഉയർന്ന വേദി അതതു തലങ്ങളിലെ സമ്മേളനമായിരിക്കും. യൂണിറ്റ് മുഴുവൻ അംഗങ്ങളും അടങ്ങിയതായിരിക്കും. മറ്റു തലങ്ങളിൽ തൊട്ടു താഴെതലത്തിലെ സമ്മേളനം തെരഞ്ഞെടുക്കുന്ന പ്രതിനിധികളും സമ്മേളനം നടക്കുന്ന തലത്തിലെ കമ്മിറ്റി അംഗങ്ങളും അടങ്ങിയതായിരിക്കും സമ്മേളനങ്ങൾ. മുതിർന്ന പ്രതിനിധികളുടെ എണ്ണം ആകെ പ്രതിനിധികളുടെ എണ്ണത്തിന്റെ 40 ശതമാനത്തിൽ അധികരിക്കാൻ പാടില്ലാത്തതും കുട്ടികളിലും മുതിർന്നവരിലും മൂന്നിലൊന്നു വീതം പ്രതിനിധികൾ വനിതകളായിരിക്കേണ്ടതുമാണ്.

15. യൂണിറ്റ് – വില്ലേജ് – ഏരിയാ സമ്മേളനങ്ങൾ വർഷത്തിലൊരു തവണയും ജില്ലാ – സംസ്ഥാന സമ്മേളനങ്ങൾ രണ്ടു വർഷത്തിലൊരിക്കലും ചേരേണ്ടതാണ്. എല്ലാ സമ്മേളനങ്ങളുടെയും സമയക്രമം തീരുമാനിക്കേണ്ടത് സംസ്ഥാന കമ്മിറ്റിയാണ്.

16. സംസ്ഥാന – ജില്ലാകമ്മിറ്റികൾക്ക് ആവശ്യമാണെന്ന് തോന്നുന്ന പക്ഷം ഉപസമിതികൾ രൂപീകരിക്കാവുന്നതും അവയുടെ ഘടനയും ചുമതലയും അതതു കമ്മിറ്റികൾ നിശ്ചയിക്കേണ്ടതും അവ അതതു കമ്മിറ്റികൾക്ക് വിധേയമായി പ്രവർത്തിക്കേണ്ടതുമാണ്.

17. അക്കാദമിക് സമിതി

ബാലസംഘത്തിന്റെ വിദ്യാഭ്യാസ – സാംസ്കാരിക ബാലക്ഷേമ രംഗങ്ങളിലെ പ്രവർത്തനങ്ങൾക്ക് ആശയപരവും പ്രായോഗികവുമായ പിന്തുണ നൽകുന്നതിനായി ജില്ലാ – സംസ്ഥാന തലങ്ങളിൽ അക്കാദമിക് സമിതികൾ രൂപീകരിക്കാവുന്നതും അവയുടെ ഘടനയും ചുമതലകളും സംസ്ഥാന കമ്മിറ്റി നിശ്ചയിക്കും പ്രകാരമായിരിക്കുന്നതുമാണ്.

18. സാമ്പത്തികം

1. വിവിധ കമ്മിറ്റികളുടെ പ്രവർത്തനങ്ങൾക്കായി സംസ്ഥാന കമ്മിറ്റിയുടെ അനുവാദത്തോടെ ഫണ്ടുകൾ ശേഖരിക്കാവുന്നതാണ്.
2. ഓരോ കമ്മിറ്റികളുടെയും ബാങ്ക് അക്കൗണ്ടുകൾ സെക്രട്ടറിയുടെയും കൺവീനറുടെയും പേരിലായിരിക്കേണ്ടതാണ്.

3. ഓരോ ഘടകവും അവയുടെ വരവു ചെലവു കണക്കുകൾ സൂക്ഷിക്കുകയും രണ്ടുമാസത്തിലൊരിക്കൽ കമ്മിറ്റികളിൽ അവതരിപ്പിച്ച് അംഗീകാരം വാങ്ങേണ്ടതുമാണ്.

19. ഈ ഭരണഘടനയ്ക്കു വിധേയമായി വിവിധ കമ്മിറ്റികളുടെ പ്രവർത്തനങ്ങൾക്കുള്ള ചട്ടങ്ങളും ചിട്ടകളും നിശ്ചയിക്കാൻ സംസ്ഥാന കമ്മിറ്റിക്ക് അധികാരമുണ്ടായിരിക്കും.

20. ഭരണഘടന ഭേദഗതി ചെയ്യുന്നതിനുള്ള അധികാരം സംസ്ഥാനസമ്മേളനത്തിനു മാത്രമായിരിക്കും. സംസ്ഥാന കമ്മിറ്റി നിർദേശിക്കുന്ന ഭേദഗതികൾ സമ്മേളനത്തിന് ഒരുമാസം മുമ്പ് ജില്ലാകമ്മിറ്റികൾക്ക് സർക്കുലേറ്റ് ചെയ്യേണ്ടതാണ്. കീഴ്ഘടകങ്ങളിൽ നിന്നോ അംഗങ്ങളിൽ നിന്നോ ഉള്ള ഭേദഗതി നിർദേശങ്ങൾ സമ്മേളനത്തിന് രണ്ടുമാസം മുമ്പ് സംസ്ഥാന കമ്മിറ്റിക്കു ലഭിച്ചിരിക്കണം. ഭേദഗതി നിർദേശങ്ങൾക്ക് സമ്മേളന പ്രതിനിധികളിൽ മൂന്നിൽ രണ്ടുഭാഗത്തിന്റെ പിന്തുണ ലഭിച്ചിരിക്കണം.

ബാലസംഘം ചരിത്രത്തിലൂടെ

കേരളത്തിലെ മുഴുവൻ കുട്ടികളെയും ഉൾക്കൊള്ളാൻ കഴിയുന്ന ഒരു സമാന്തര വിദ്യാഭ്യാസ സാംസ്കാരിക സംഘടനയായി ബാല സംഘം രൂപംകൊള്ളുന്നത് 1982 ലാണ്.

> 1982 മാർച്ച് 12 ന് എറണാകുളത്തുകൂടിയ സംഘം പ്രവർത്തക രുടെ സംസ്ഥാനതലയോഗം ദേശാഭിമാനി ബാലസംഘത്തെ എല്ലാ വിഭാഗം കുട്ടികളെയും ഉൾക്കൊള്ളാൻ കഴിയുന്ന രീതിയി ലുള്ള ഒരു സംഘടനയായി മാറ്റാനും ബാലസംഘം എന്ന പേര് നൽകാനും തിരുമാനം കൈക്കൊണ്ടു. ഒപ്പം പുതിയ കാഴ്ചപ്പാ ടോടെ ബാലസംഘത്തിന്റെ പ്രവർത്തനം കെട്ടിപ്പടുക്കണമെന്നും തീരുമാനിച്ചു.

(*ബാലസംഘം എന്ത് എന്തിന്:* ബാലസംഘം സംസ്ഥാന ഏകോ പന സമിതി 1986 സെപ്തംബറിൽ പ്രസിദ്ധീകരിച്ച കൈപ്പുസ്തകം പേജ് 6)

ജാതി–മത–വർഗീയ സംഘടനകളുടെയും സ്വതന്ത്രമെന്നു സ്വയം വിശേഷിപ്പിക്കുന്ന പ്രസിദ്ധീകരണങ്ങളുടെയും മുൻകയ്യോടെ പ്രവർത്തി ക്കുന്ന നിരവധി ബാലസംഘടനകൾ നമ്മുടെ സംസ്ഥാനത്തുണ്ട്. കൂടാതെ രാഷ്ട്രീയത്തെ കുട്ടികളിൽ നിന്നകറ്റിനിർത്തുന്ന അനൗദ്യോ ഗിക സമൂഹികപ്രസ്ഥാനങ്ങളുടെയും കുടുംബശ്രീ പോലുള്ള ഔദ്യോ ഗിക പ്രസ്ഥാനങ്ങളുടെയും കീഴിൽ പ്രവർത്തിക്കുന്ന ബാലസംഘടന കളും ഇവിടെയുണ്ട്. ഇവയിൽ നിന്നൊക്കെ വ്യത്യസ്തമായി സമൂഹ ത്തോടുള്ള പ്രതിബദ്ധയോടെ, മനുഷ്യരാശിയുടെ മുന്നേറ്റത്തെപ്പറ്റിയുള്ള

ശാസ്ത്രീയവും ചരിത്രപരവുമായ ഉൾക്കാഴ്ചയോടെ, യുക്തിചിന്തയിലും അന്ധവിശ്വാസങ്ങളുടെ നിരാസത്തിലും അടിയുറച്ചുനിൽക്കുന്ന കുട്ടികളുടെ പ്രസ്ഥാനമായാണ് ബാലസംഘം വിഭാവനം ചെയ്യപ്പെട്ടത്. ആ ലക്ഷ്യം സാക്ഷാൽക്കരിക്കാനുള്ള ശ്രമമാണ് പിന്നിട്ട മൂന്ന് പതിറ്റാണ്ടു കാലത്ത് ബാലസംഘം പ്രവർത്തകർ നടത്തിപ്പോന്നിട്ടുള്ളത്.

വേരുകൾ തേടുമ്പോൾ

അതേ സമയം,ബാലസംഘത്തിന്റെ വേരുകൾ തേടിച്ചെല്ലുമ്പോൾ നാം ചെന്നെത്തുന്നത് 19–ാം നൂറ്റാണ്ടിന്റെ അവസാനം കേരളത്തിൽ ഉദയംകൊണ്ട നവോത്ഥാനപ്രസ്ഥാനത്തിലും അതിൽനിന്ന് ഊർജം നേടി 20–ാം നൂറ്റാണ്ടിന്റെ ആദ്യ പകുതിയിൽ ഇവിടെ വളർന്നുവന്ന പുരോഗമന–ജനാധിപത്യ പ്രസ്ഥാനങ്ങളിലും കർഷക–തൊഴിലാളി പ്രസ്ഥാനങ്ങളിലും അവയുടെയെല്ലാം ഉൽപ്പന്നമായി രൂപംകൊണ്ട പൊതുവിദ്യാഭ്യാസ സമ്പ്രദായത്തിലുമാണ്. ദേശീയതലത്തിൽ ബ്രിട്ടീഷ് സാമ്രാജ്യാത്വത്തിനെതിരായും ഭൂപ്രഭുക്കൾക്കെതിരായും 19–ാം നൂറ്റാണ്ടിന്റെ രണ്ടാം പകുതി മുതൽ രാജ്യത്താകെ ശക്തി പ്രാപിച്ച രാഷ്ട്രീയ പോരാട്ടങ്ങളും കർഷകസമരങ്ങളും സാംസ്കാരിക പ്രവർത്തനങ്ങളും അവയിൽ യുവജനങ്ങളും കുട്ടികളും വഹിച്ച പങ്കും നമ്മുടെ സംസ്ഥാനത്ത് യുവജന സംഘടനകൾക്കൊപ്പം കുട്ടികളുടെ സംഘടനകൾ രൂപീകരിക്കപ്പെടുന്നതിനു പ്രചോദനമായതായും കാണാനാവും.

14–ാം വയസിൽ നിസ്സഹകരണസമരത്തിൽ പങ്കെടുത്തു നിയമം ലംഘിച്ചതിന് അറസ്റ്റിലാവുകയും തന്റെ പേര് ആസാദ് (സ്വതന്ത്രൻ) എന്നും അച്ഛന്റെ പേര് 'സ്വാധീനത' (സ്വാതന്ത്ര്യം) എന്നും വീട് ജയിൽ എന്നും മൊഴികൊടുത്ത് കോടതിയെ പ്രകോപിപ്പിച്ച് 30 ചാട്ടവാറടിക്ക് വിധേയനാവുകയും പിൽക്കാലത്ത് 1931–ൽ പൊലീസുകാരുമായി ഏറ്റുമുട്ടി അലഹബാദിൽ വച്ച് വീരചരമം പ്രാപിക്കുകയും ചെയ്ത ചന്ദ്രശേഖർ ആസാദ് ഇന്ത്യയുടെ സ്വാതന്ത്ര്യസമരപോരാട്ടങ്ങളിലെ ഉജ്വല നക്ഷത്രങ്ങളിൽ ഒന്നാണ്. 1919 ഏപ്രിൽ നടന്ന ജാലിയൻ വാലാബാഗ് വെടിവെയ്പ്പിൽ 14–ാം വയസിൽ പരിക്കേറ്റ, സ്വാതന്ത്ര്യം ചോദിച്ചതിന് തന്റെ നാട്ടുകാരായ നൂറുകണക്കിനാളുകളെ അവിടെ ചുട്ടുകൊന്ന ബ്രിട്ടീഷ് ഭരണത്തിന്റെ പ്രതിനിധിയായ അന്നത്തെ പഞ്ചാബ് ഗവർണർ ഡയർ സായിപ്പിനെ 1940 മാർച്ച് 12 ന് വെടിവെച്ച് കൊലപ്പെടുത്തിയ റാം മുഹമ്മദ് സിങ് എന്ന് ഹിന്ദു–മുസ്ലിം–സിഖ് ഐക്യത്തിന്റെ പ്രതീകമായി സ്വയം കോടതിയിൽ പരിചയപ്പെടുത്തിയ ഉദ്ധംസിങ്ങിന്റെ വീരചരിതവും ചരിത്രം രേഖപ്പെടുത്തിട്ടുള്ളതാണ്. 12–ാം വയസിൽ, ജാലിയൻ വാലാബാഗിലെ കൂട്ടക്കൊല നടന്നതിന്റെ പിറ്റേന്ന് അവിടെയെത്തി രക്തസാക്ഷികളുടെ ചോരപുരണ്ട മണ്ണ് ഒരു മഷിക്കുപ്പിയിലാക്കി സൂക്ഷിക്കുകയും നിത്യവും അത് മാറോടു ചേർത്തു പിടിച്ച് ആ അരുംകൊലയ്ക്ക് പകരം

വീട്ടുമെന്ന് പ്രതിജ്ഞയെടുക്കുകയും ചെയ്ത, യുവാവായി വളർന്നു കഴിഞ്ഞപ്പോൾ വിപ്ലവകാരിയായി മാറി പാർലമെന്റിൽ ബോംബ് എറിഞ്ഞതിന്റെ പേരിൽ ബ്രിട്ടീഷ് ഭരണം തയാറാക്കിയ തൂക്കു മരത്തിൽ ധീരരക്തസാക്ഷിത്വം വഹിച്ച ശഹീദ് ഭഗത് സിങ്ങിന്റെ ജീവിത കഥ ആർക്കും എന്നപോലെ കുട്ടികൾക്കും ആവേശം പകർന്നിട്ടുണ്ട്. അതുപോലെ തന്നെ ഭഗത്സിങ്ങിനെയും കൂട്ടുകാരെയും തൂക്കിലേറ്റിയതിന് ഇന്നത്തെ ബംഗ്ലാദേശിലെ കോമില്ല ജില്ലയിലെ വെള്ളക്കാരനായ മജിസ്ട്രേറ്റിന്റെ വസതിയിലെത്തി അദ്ദേഹത്തെ വെടിവച്ച് വീഴ്ത്തിയ 7–ാം ക്ലാസ്സ് വിദ്യാർഥിനികളായിരുന്ന ശാന്തിഘോഷ്, സുനിത ചൗധരി എന്നീ ചുണക്കുട്ടികളും ഇന്ത്യൻ സ്വാതന്ത്ര്യ സമരചരിത്രത്തിലെ കുട്ടികളുടെ ധീരമായ പങ്കാളിത്തത്തിന് സാക്ഷ്യം വഹിക്കുന്നവരാണ്. ഉപ്പുസത്യാഗ്രഹത്തിൽ പങ്കെടുത്ത് കോഴിക്കോട് കടപ്പുറത്ത് ഉപ്പുകുറുക്കിയ കുറ്റത്തിന് തടവിലാക്കപ്പെട്ട എ വി കുട്ടിമാളു അമ്മയുടെ നേതൃത്വത്തിലുള്ള അമ്മമാരെ മോചിപ്പിക്കുന്നതിനുവേണ്ടി കോഴിക്കോട് സബ്ജയിലിലേക്ക് ക്ലാസ്സ് ബഹിഷ്കരിച്ച് കൂട്ടുകാരികളോടൊപ്പം മാർച്ച് ചെയ്ത് ജയിലധികൃതരെ അമ്പരിപ്പിച്ച കോഴിക്കോട് ഗണപത് ഹൈസ്കൂളിലെ 9–ാം ക്ലാസ്സ് വിദ്യാർഥിനി ജയലക്ഷ്മിയും ചരിത്രത്തിൽ ഇടംപിടിച്ചിട്ടുള്ള കുട്ടിയാണ്. ഇവരുടെയെല്ലാം കുട്ടിക്കാലത്തിന്റേതായ പാരമ്പര്യം ബാലസംഘത്തിന് അവകാശപ്പെട്ടിരിക്കുന്നു.

ഉയർത്തെണീറ്റ കേരളത്തോടൊപ്പം കുട്ടികളും

നവോത്ഥാനന്തര കേരളത്തിൽ ദേശീയ സ്വാതന്ത്ര്യത്തിനും സാമൂഹ്യസമത്വത്തിനും വേണ്ടിയും ബ്രിട്ടീഷ് ഭരണത്തിനും അയിത്തം തുടങ്ങിയ ദുരാചാരങ്ങൾക്കും ജന്മിത്വത്തിനും എതിരായും ജനമനസിൽ പുതിയൊരു ആവേശം പൂത്തുലഞ്ഞുവരികയുണ്ടായി. അതിന്റെ അനുരണനമെന്നോണമാണ് കേരളീയ ഗ്രാമങ്ങളിൽ ബാലസംഘടനകൾ രൂപംകൊണ്ടത്. കർഷകസംഘടനകളുടെ ആഭിമുഖ്യത്തിൽ മുതിർന്നവർ നടത്തിയ പോരാട്ടങ്ങളിലും യുവജന സംഘടനകളുടെ പ്രവർത്തനങ്ങളിലും കുട്ടികളുടെ സാന്നിധ്യം പ്രകടമായിരുന്നു. കുട്ടികളെ പ്രത്യേകമായി സംഘടിപ്പിക്കേണ്ടതിന്റെ ആവശ്യകതയും അതിനുള്ള സാധ്യതകളും സഖാവ് പി കൃഷ്ണപിള്ളയെപ്പോലുള്ള നേതാക്കൾ തിരിച്ചറിഞ്ഞു. അവർ മുൻകൈയെടുത്ത് വളർത്തിക്കൊണ്ടുവന്ന ബാലസംഘടനകളുടെ സമകാലീന കേരളത്തിലെ നേരവകാശിയാണ് ബാലസംഘം.

1928–ൽ പയ്യന്നൂരിൽ ജവഹർലാൽനെഹ്റു അധ്യക്ഷനായി ചേർന്ന 4–ാം കേരള രാഷ്ട്രീയസമ്മേളനത്തിൽ കാഞ്ഞങ്ങാട്ടെ ദേശീയ വിദ്യാലയത്തിൽനിന്ന് ഒരുസംഘം കുട്ടികൾ പങ്കെടുത്തത് ചരിത്രത്തിൽ അടയാളപ്പെടുത്തേണ്ടതുണ്ട്. കാസർഗോഡ് ജില്ലയിൽപ്പെട്ട പിലിക്കോട്ടുവച്ച് 1936–ൽ ദേശസേവാബാലഭാരത സംഘം എന്ന കുട്ടികളുടെ സംഘടന

രൂപംകൊണ്ടു. ഈ സംഘടനയുടെ വാർഷികാഘോഷത്തിന് ദൂരെ ദിക്കുകളിൽനിന്നുപോലും ചെറിയകുട്ടികൾ കൊടിയും പിടിച്ച് ജയഘോഷങ്ങളുമായി എത്തിയതും എ കെ ജി സമ്മേളനം ഉദ്ഘാടനം ചെയ്തതും പ്രമുഖ സ്വാതന്ത്ര്യ സമരസേനാനിയായിരുന്ന എ സി കണ്ണൻ നായർ തന്റെ ഡയറിൽ എഴുതി വെച്ചിട്ടുണ്ട്. ദേശസേവാബാലഭാരത സംഘത്തെപ്പറ്റിയുള്ള ഓർമകൾ അതിന്റെ ഭാരവാഹിയായിരുന്ന സി കൃഷ്ണൻ നായരും രേഖപ്പെടുത്തിട്ടുണ്ട്.

1936–ൽ പിലിക്കോട് ഒരു ബാലസമാജം രൂപികരിക്കപ്പെട്ടതായി എൻ ഇ ബാലറാം തന്റെ *കേരളത്തിലെ കമ്യൂണിസ്റ്റ് പ്രസ്ഥാനം* എന്ന കൃതിയിൽ പറയുന്നുണ്ട്.

12–നും 18–നും ഇടയ്ക്ക് പ്രായമുള്ള കുട്ടികളാണ് ദേശസേവാബാലഭാരത സംഘത്തിൽ അംഗങ്ങളായിരുന്നത്. സംഘത്തിന് ഒരു ഭരണഘടന ഉണ്ടായിരുന്നു. പിലിക്കോട് പ്രദേശത്തെ കമ്യൂണിസ്റ്റ് –കർഷക പ്രസ്ഥാനങ്ങളുടെ നേതാവായ പി സി കുഞ്ഞിരാമൻ അടിയോടിയാണ് (പി സി കെ ആർ) സംഘടനയുടെ രൂപീകരണത്തിന് മുൻകയ്യെടുത്തതും അതിന്റെ ഭരണഘടന തയാറാക്കിയതും. പെരിയ നാരായണൻ നായർ ആയിരുന്നു സെക്രട്ടറി. പ്രസിഡന്റ് പയ്യാടക്കൻ കുഞ്ഞമ്പുനായരും 12–കാരനായ സി കൃഷ്ണൻ നായർ ജോയിന്റ് സെക്രട്ടറിയുമായി. പി സി നാരായണൻ അടിയോടി (കിഴക്കേ മഠത്തിൽ അപ്പുമാഷ്), പി സി കുഞ്ഞികൃഷ്ണൻ അടിയോടി എന്നിവർ പ്രധാന പ്രവർത്തകരായിരുന്നു. ദേശീയസ്വാതന്ത്ര്യത്തിനും ജന്മിത്വത്തിനും ജാതീയതയ്ക്കും എതിരായുമായിരുന്നു സംഘടന നിലകൊണ്ടത്.

“പിലിക്കോട് കേന്ദ്രമാക്കി സി കൃഷ്ണൻ നായർ, ചന്ദ്രശേഖരൻ, പയ്യാടക്കൻ കുഞ്ഞമ്പുനായർ തുടങ്ങിയ സഖാക്കളുടെ ഉത്സാഹത്തിൽ ബാലഭാരതസംഘം എന്നൊരു സംഘടന പ്രവർത്തിച്ചിരുന്നു. അതിന്റെ ഒരു ശാഖയും കയ്യൂരിൽ ഞാൻ സെക്രട്ടറിയായികൊണ്ട് രൂപീകരിച്ചു.”– ചൂരിക്കാടൻ കൃഷ്ണൻ നായൻ അനുസ്മരിക്കുന്നു.

സഖ്യത്തിന്റെ വാർഷികത്തിന് പിലിക്കോട് യു പി സ്കൂൾ മൈതാനിയിൽ ടിക്കറ്റ് വച്ച് നാടകം കളിക്കുകയുണ്ടായി. നാടകത്തിൽ സഖ്യം പ്രവർത്തകരായ കിഴക്കേ മഠത്തിൽ അപ്പുമാഷും സി കൃഷ്ണൻ നായരും വേഷമിട്ടിരുന്നു.

പിലിക്കോട്ടെ സംഘം രൂപീകരണത്തെതുടർന്ന് കാസർഗോഡ്, ചിറക്കൽ, കോട്ടയം. കുറുമ്പ്രനാട് എന്നിങ്ങനെ ഉത്തരകേരളത്തിലാകെ ബാലസംഘം വളർന്നുവന്നതായി എൻ ഇ ബാലറാം പറയുന്നുണ്ട്. (അവലംബം – *വടക്കൻ പെരുമ–കാസർഗോഡ് ജില്ലയുടെ ജനപക്ഷ ചരിത്രം* കാസർഗോഡ് ഇ എം എസ് പഠനകേന്ദ്രത്തിന്റെ, പ്രസിദ്ധീകരണം (പേജ്–237–238).

മലബാറിലെ കാർഷിക ബന്ധങ്ങളും കർഷകപ്രസ്ഥാനവും എന്ന

പുസ്തകത്തിൽ മലബാറിലെ ബാലസംഘടനകളുടെ അക്കാലത്തെ പ്രവർത്തനങ്ങളെപ്പറ്റി പ്രകാശ് കാരാട്ട് ഇങ്ങനെ വിവരിക്കുന്നു-

> കർഷകസംഘടനകളുടെ സാർവത്രികമായ വളർച്ച എടുത്തുകാട്ടുന്നതാണ് ബാലസംഘടനകളുടെ വളർച്ച. ചിറയ്ക്കൽ താലൂക്കിൽ മാത്രം ഇത്തരം 78 സംഘടനകൾ 1938-ൽ ഉണ്ടായിരുന്നു. ആ വർഷം ഏപ്രിലിൽ നീലേശ്വരം ഫർക്ക ബാലസേവാസമിതിയുടെ രണ്ടാം വാർഷിക സമ്മേളനം നടന്നു. 500 കുട്ടികൾ 11 സമിതികളെ പ്രതിനിധീകരിച്ച് അതിൽ പങ്കെടുത്തു. മാതമംഗലത്തും കല്ല്യാശ്ശേരിയിലും ഇതുപോലെയുള്ള സമ്മേളനങ്ങൾ ചേർന്നു. കൃഷിക്കാർക്കെതിരെയുള്ള കേസുകളിൽ അവർക്കെതിരെ കള്ളത്തെളിവുകൾ നൽകാൻ പൊലീസ് തങ്ങളെ നിർബന്ധിക്കുന്നതിനെതിരായ പ്രമേയം കല്ല്യാശ്ശേരി സമ്മേളനത്തിൽ പാസാക്കപ്പെട്ടു. സമരങ്ങളിൽ 10 മുതൽ 14 വരെ പ്രായമായ കുട്ടികളുടെ സജീവമായ പങ്കാളിത്തം ശ്രദ്ധേയമായിരുന്നു. തങ്ങളുടെ വീടുകൾക്കു മുമ്പിൽനിന്ന് ഈ കുട്ടികൾ രാവുംപകലും മുദ്രാവാക്യങ്ങൾ മുഴക്കി ശല്യം ചെയ്യുകയാണെന്ന് ജന്മികൾ പരാതിപ്പെട്ടു. കർഷകരെ തേടി എത്തുന്ന പൊലീസുകാരുടെ നീക്കങ്ങളെപ്പറ്റി കുട്ടികൾ മുൻകൂട്ടി വിവരങ്ങൾ എത്തിക്കുന്നതായി അന്നത്തെ ഇന്റലിജൻസ് റിപ്പോർട്ടുകളിൽ പരാമർശമുണ്ട്. ആ കുട്ടികളിൽ നിരവധി പേർ കർഷക സംഘടനകളുടെ ഗായകസംഘങ്ങളിൽ ചേരുകയുണ്ടായി. പിൽക്കാലത്ത് അവരിൽ പലരും പ്രസ്ഥാനത്തിന്റെ നേതാക്കളായി മാറുകയും ചെയ്തു.

കയ്യൂർസമരവും ബാലസംഘടനകളും

അക്കാലത്തെ ബാലസംഘടനകളുടെ പ്രവർത്തനത്തിന്റെ പ്രാധാന്യം കയ്യൂർ സമരചരിത്രം വെളിവാക്കുന്നുണ്ട്. കയ്യൂരിൽ കർഷകസംഘം യൂണിറ്റിനൊപ്പം ബാലഭാരതസംഘം യൂണിറ്റും രൂപീകരിക്കുകയുണ്ടായി. ബാലഭാരതസംഘം പ്രവർത്തകർ കയ്യൂർകേസിൽ രക്തസാക്ഷികളാക്കപ്പെടുകയും ചെയ്തു. വധശിക്ഷയ്ക്ക് വിധിക്കപ്പെട്ടെങ്കിലും പ്രായപൂർത്തിയാകാത്തതിനാൽ ശിക്ഷ ജീവപര്യന്തം തടവാക്കിയ ചൂരിക്കാട് കൃഷ്ണൻ നായർ ബാലഭാരത സംഘം കയ്യൂർ യൂണിറ്റ് സെക്രട്ടറിയായിരുന്നു. യൂണിറ്റ് ട്രഷറായിരുന്ന മലയരുവത്ത് കുഞ്ഞിപ്പൊക്കൻ കേസിൽ 38-ാം പ്രതിയായിരുന്നു. സംഘത്തിന്റെ ക്ലായിക്കോട് യൂണിറ്റ് സെക്രട്ടറി 22-ാം പ്രതിയും. കയ്യൂർകേസിൽ തൂക്കിലേറ്റപ്പെട്ട ചിരുകണ്ടൻ തുടക്കത്തിൽ ബാലഭാരതസംഘം പ്രവർത്തകനായിരുന്നു.

ഇന്നതിൽ ബാലസംഘത്തിങ്കൽ
ചെന്നു ചേർന്നിടുവിൻ ബാലന്മാരേ

കൊച്ചനിയത്തിമാരെല്ലാരുമൊന്നിച്ച്
ചെന്നു ചേർന്നിടുവിൻ സംഘത്തിങ്കൽ

എന്ന കെ എ കേരളിയന്റെ ആഹ്വാനത്തെപ്പറ്റി ആണ്ടലാട്ട് തന്റെ *രേഖയില്ലാ ചരിത്ര*ത്തിൽ പ്രതിപാദിക്കുന്നുണ്ട്.

ബാലസേവാ സമിതി എന്നും ബാലഭാരത സംഘം എന്നും ബാല സമാജം എന്നും ബാലസംഘം എന്നും പലപേരിൽ അന്നത്തെ ബാല സംഘടനകൾ അറിയപ്പെട്ടിരുന്നു എന്നു വേണം കരുതാൻ.

1938–ൽ നടന്ന കർഷകസംഘത്തിന്റെ ചരിത്രപ്രസിദ്ധമായ കൊട ക്കാട്ടു സമ്മേളനത്തിന്റെ (കാസർഗോഡ് ജില്ല) ഭാഗമായി ചേർന്ന കുട്ടി കളുടെ സമ്മേളനത്തിൽ അധ്യക്ഷത വഹിച്ചത് സഖാവ് പി കൃഷ്ണപി ള്ളയായിരുന്നു. കോഴിക്കോട്ടും ആലപ്പുഴയിലും കേരളത്തിന്റെ മറ്റ് പല ഭാഗങ്ങളിലും കൃഷ്ണപിള്ളയുടെ മുൻകയ്യോടെ ബാലസംഘടനകൾ രൂപംകൊണ്ടു. താൻ സംഘടനാപ്രവർത്തനങ്ങൾക്കായി ചെന്നെത്തുന്ന എല്ലാ സ്ഥലങ്ങളിലും കുട്ടികളുടെ സംഘടന രൂപീകരിക്കുന്നതിൽ സഖാവ് കൃഷ്ണപിള്ള കാണിച്ച ജാഗ്രതയും ദൂരക്കാഴ്ചയും അന്യാദൃ ശ്യമായിരുന്നു.

ദേശീയ ബാലസംഘം രൂപംകൊള്ളുന്നു

1938–ൽ ബക്കളത്തു ചേർന്ന 10–ാം രാഷ്ട്രീയ സമ്മേളനത്തിന്റെ വിഷയനിർണയ കമ്മിറ്റിയിൽ സംസ്ഥാനവ്യാപകമായി പ്രവർത്തിക്കു ന്നതും ദേശീയ കാഴ്ചപ്പാടുള്ളതുമായ കുട്ടികളുടെ സംഘടന കെട്ടിപ്പ ടുക്കേണ്ടതിന്റെ ആവശ്യകതയെപ്പറ്റി ഇ എം എസ് പ്രതിപാദിക്കുകയു ണ്ടായി. ഇ എം എസിന്റെ ഈ നിർദേശമാണ് അത്തരത്തിലൊരു ബാല സംഘടനയുടെ രൂപീകരണത്തിന് ഇടയാക്കിയത്.

1938 ഡിസംബറിൽ 28ന് കണ്ണൂർജില്ലയിലെ കല്ല്യാശ്ശേരിയിൽ വച്ച് ദേശീയ ബാലസംഘം രൂപംകൊണ്ടു. ഇ കെ നായനാർ പ്രസിഡന്റായി രൂപംകൊണ്ട ഈ സംഘടന ദേശീയ കാഴ്ചപ്പാടോടെ രൂപീകരിക്കപ്പെട്ട കേരളത്തിലെ ലക്ഷണമൊത്ത ആദ്യത്തെ ബാലസംഘടന ആയിരുന്നു. ആ സാഹചര്യം സ. നയനാർ അനുസ്മരിക്കുന്നത് ഇങ്ങനെയാണ്

> ചിറയ്ക്കൽ താലൂക്കിലും ബാലസംഘം രൂപീകരിക്കണമെന്ന് തീരുമാനമുണ്ടായി. കല്ല്യാശ്ശേരിയിലെ ശ്രീഹർഷൻ വായനശാ ലയിൽ കുട്ടികളുടെ ഒരു യോഗം വിളിച്ചുചേർത്തു. പി കൃഷ്ണ പിള്ളയായിരുന്നു സംഘാടകൻ. അദ്ദേഹം യോഗത്തിന്റെ ഉദ്ദേശ്യം വിശദീകരിച്ചു. ഇന്ത്യയിൽ വെള്ളക്കാരുടെ ഭരണം അവസാനിപ്പി ക്കാനുള്ള സമരം ശക്തിപ്പെടുകയാണ്. തൊഴിലാളികളും കൃഷി ക്കാരും സമരത്തിൽ അണിനിരക്കുമ്പോൾ കുട്ടികളും അവരുടേ തായ പങ്കു വഹിക്കണം. സോവിയറ്റ് യൂണിയനിലെ യംഗ് പയ

നീർ എന്ന സംഘടനയുടെ മാതൃകയിൽ നമുക്കും കുട്ടികളുടെ സംഘടന രൂപീകരിക്കണം

(*കണ്ണൂർജില്ല കമ്യൂണിസ്റ്റ് പാർട്ടിചരിത്രം* പാട്യം സ്മാരക പഠനഗവേഷണകേന്ദ്രം, കണ്ണൂർ പ്രസിദ്ധീകരണം പേജ് 349–50). 1938 ഒക്ടോബറിൽ നടന്ന ഈ കൂടിയാലോചനായോഗത്തെ തുടർന്നാണ് ദേശീയ ബാലസംഘം രൂപീകരിക്കുന്ന സമ്മേളനം ചേർന്നത്. 400– ലേറെ കുട്ടികൾ ഈ യോഗത്തിൽ പങ്കെടുത്തു. കെ എ കേരളിയൻ, വിഷ്ണു ഭാരതിയൻ, എ വി കുഞ്ഞമ്പു, എൻ സി ശേഖർ, എം പി നാരായണൻ നമ്പ്യാർ, കെ പി ആർ ഗോപാലൻ തുടങ്ങിയ നേതാക്കൾ ഈ സമ്മേളനത്തിൽ പങ്കെടുത്തത് ബാലസംഘ രൂപീകരണത്തിന് നൽകപ്പെട്ട പ്രാധാന്യം സ്പഷ്ടമാക്കുന്നു. കൃഷ്ണപിള്ളയുടെ സന്ദേശം സമ്മേളനത്തിൽ വായിച്ചു. 'ദേശീയബാലസംഘ'ത്തിന്റെ ആഭിമുഖ്യത്തിൽ 1939 ഏപ്രിൽ 15 വരെ ചിറയ്ക്കൽ താലൂക്കിൽ സംഘടനയുടെ പ്രാചാരണം നടന്നു. ഇതിന്റെ നേതൃത്വം എം പി നാരായണൻ നമ്പ്യാർക്കായിരുന്നു.

കുട്ടികളെ സംഘടിപ്പിച്ച് അവരുടെ പ്രവർത്തനങ്ങൾ ഏകോപിപ്പിക്കുന്നതിലും അവയ്ക്കു ലക്ഷ്യബോധം നൽകുന്നതിലും ഈ പുതിയ ബാലസംഘടന വലിയ സംഭാവനകൾ നൽകുകയുണ്ടായി. ബ്രിട്ടീഷ് സാമ്രാജ്യത്വവും ജാതി–ജന്മി– നാടുവാഴി മേധാവിത്വവും നാടിനേയും നാട്ടാരേയും ഭീതിയിലും ദുരിതങ്ങളിലും അനാചാരങ്ങളിലും തളച്ചിടാൻ ശ്രമിച്ചിരുന്നു. അക്കാലത്ത് ഒരു പുതിയ ജീവിതം പണിയാൻ വേണ്ടി നടന്നിരുന്ന സമരങ്ങളിൽ യുവാക്കൾക്കും മുതിർന്നവർക്കുമൊപ്പം കുട്ടികളെ സംഘടിപ്പിക്കുകയും ആ സമരങ്ങളെ സഹായിക്കുകയുമാണ് ദേശീയബാലസംഘം ചെയ്തത്. കുട്ടികളേ, നിങ്ങൾ ഭയക്കാതിരിക്കുവിൻ, കുട്ടികളേ നിങ്ങൾ പഠിക്കുവിൻ ! കുട്ടികളേ, നിങ്ങൾ മനുഷ്യരാകുവിൻ! എന്ന ഉജ്വലമായ ആഹ്വാനം ബാലസംഘം മുഴക്കി. വിശേഷിച്ചും വടക്കെ മലബാറിൽ ജന്മിമാരെയും നാടൻ പ്രഭുക്കളെയും വിറളിപിടിപ്പിക്കാൻ പോന്ന പ്രവർത്തനങ്ങൾക്ക് കുട്ടികളെ സജ്ജരാക്കി. അമാലാന്മാർ ചുമക്കുന്ന മഞ്ചലേറി മാടമ്പിമാർ നാട്ടുവഴികളിലൂടെ ധിക്കാരപൂർവം നീങ്ങുമ്പോൾ കുട്ടികൾ അവരുടെ മുമ്പിൽ നട്ടുച്ചയ്ക്ക് ചൂട്ടു കത്തിച്ച് അവരുടെ ധൂർത്തിനേയും ദുഷ്പ്രഭുത്വത്തെയും കളിയാക്കി നടത്തിയ പ്രകടനങ്ങൾ അവരെ എങ്ങനെ വിറളിപിടിപ്പിക്കാതിരിക്കും! ഒളിവിൽ കഴിയുന്ന കർഷകസംഘം നേതാക്കന്മാരെ ഒരിടുത്തുനിന്ന് മറ്റൊരിടത്തേക്ക് ശ്രദ്ധാപൂർവം എത്തിക്കുക, അവർ തമ്മിലുള്ള സന്ദേശങ്ങൾ കൈമാറുക തുങ്ങിയ ചുമതലകളും കുട്ടികൾ നിറവേറ്റി. ഇത് ബ്രിട്ടീഷ് ഭരണാധികാരികളെ കുറച്ചൊന്നുമല്ല ചൊടിപ്പിച്ചത്.

ദേശീയ ബാലസംഘം യൂണിറ്റുകൾ രൂപീകരിക്കുന്നതിൽ പി കൃഷ്ണപിള്ള വലിയ താൽപ്പര്യമാണ് പ്രകടിപ്പിച്ചത്. യൂണിറ്റുകളിൽ

പങ്കെടുത്ത് ബ്രിട്ടീഷ് ഭരണത്തിന്റെ ദുഷ്ചെയ്തികളെപ്പറ്റിയും സ്വാതന്ത്ര്യം നേടുന്നതിന്റെയും ജന്മിത്വം അവസാനിപ്പിക്കുന്നതിന്റെയും അനിവാര്യതയെപ്പറ്റിയും കുട്ടികളോട് സംസാരിക്കുന്നതിൽ സഖാവ് കാണിച്ചിരുന്ന താൽപ്പര്യം അനുഭവസ്ഥർ പലപ്പോഴായി വിവരിച്ചിട്ടുണ്ട്.

ദേശീയ ബാലസംഘത്തിൽനിന്ന്/ദേശാഭിമാനി ബാലസംഘത്തിലേക്ക്

കേരളമാകെ വ്യാപിച്ചുള്ള കുട്ടികളുടെ രംഗത്തെ പ്രവർത്തനത്തിന്റെ അഭാവം 1971–ൽ ദേശാഭിമാനി ബാലസംഘം രൂപീകൃതമാകുന്നതുവരെ നിലനിന്നു.

> 1967–ൽ *ദേശാഭിമാനി* ദിനപത്രത്തിന്റെ വാരാന്ത്യപ്പതിപ്പിൽ കുട്ടികളുടെ സാംസ്കാരികവാസനകൾക്കു രൂപംകൊടുക്കുന്നതിനുവേണ്ടി ആരംഭിച്ച ബാലരംഗം നാലുവർഷങ്ങൾക്കുശേഷം 1971 ഒക്ടോബർ 10 ന് കണ്ണൂരിൽ ചേർന്ന മേഖലാസമ്മേളനത്തോടുകൂടി ദേശാഭിമാനി ബാലസംഘമായി രൂപാന്തരപ്പെടുകയാണ് ഉണ്ടായത്.

(ഉദ്ധരണി 1980 മെയ് 18 ന് എറണാകുളത്തു ചേർന്ന ദേശാഭിമാനി ബാലസംഘത്തിന്റെ പ്രവർത്തകസമ്മേളനത്തിൽ അവതരിപ്പിച്ച പ്രവർത്തന റിപ്പോർട്ടിൽ നിന്ന്.)

എ കെ ജി. മുൻകയ്യെടുത്താണ് ദേശാഭിമാനിബാലസംഘം രൂപീകരിക്കപ്പെട്ടത്. ദീർഘകാലം *ദേശാഭിമാനി* വാരികയുടെ പത്രാധിപനായിരുന്ന ഉണ്ണ്യേട്ടനെന്ന പേരിൽ ബാലരംഗം കൈകാര്യം ചെയ്തിരുന്ന എം. എൻ. കുറുപ്പായിരുന്നു ദേശാഭിമാനി ബാലസംഘത്തിന്റെ ചുമതലക്കാരൻ.

വ്യക്തമായ ലക്ഷ്യങ്ങളും പരിപാടികളും നിർദേശിക്കുന്നതും കുട്ടികളുടെയും രക്ഷാധികാരിളുടെയും സംഘടനാരൂപം നിശ്ചയിക്കുന്നതുമായ ഭരണഘടന സംഘടനയ്ക്കുണ്ടായിരുന്നു. 7 വയസു മുതൽ 17 വയസു വരെയുള്ള കുട്ടികൾക്ക് അംഗങ്ങളാകാവുന്ന സംഘടനയ്ക്ക് യൂണിറ്റ്/വില്ലേജ്/താലൂക്ക്/സംസ്ഥാനതലങ്ങളിൽ കമ്മിറ്റികൾ, സംസ്ഥാന എക്സിക്യുട്ടീവ്, സംസ്ഥാന സമ്മേളനം എന്നിവ വിഭാവനം ചെയ്യപ്പെട്ടു. ഈ തലങ്ങളിലെല്ലാം രക്ഷാധികാരി കമ്മിറ്റികൾ രൂപീകരിക്കാനും ഭരണഘടന വ്യവസ്ഥ ചെയ്തു. സംഘടനയിൽ മേൽ–കീഴ് ബന്ധങ്ങൾ കർക്കശമായി പാലിക്കാൻ വേണ്ട നിബന്ധനകളടങ്ങിയ അതിലെ വ്യവസ്ഥകൾക്ക് വിധേയമായി സംഘടനാ പ്രവർത്തനങ്ങളെപ്പറ്റി അഭിപ്രായം പറയാനും തെരഞ്ഞെടുപ്പുകളിൽ വോട്ടുചെയ്യാനും തനിക്കെതിരായുണ്ടാവുന്ന തീരുമാനങ്ങളിൽ അപ്പീൽ ബോധി

പ്പിക്കാനും ഓരോ അംഗത്തിനും അവകാശമുണ്ടായിരുന്നു. ചുവന്ന നക്ഷത്രം വരച്ചുചേർത്തും DBS എന്ന് ഇംഗ്ലീഷിൽ രേഖപ്പെടുത്തിയതുമായ വെള്ളക്കൊടിയായിരുന്നു ദേശാഭിമാനി ബാലസംഘത്തിന്റെ പതാക. 'പഠിച്ചു ഞങ്ങൾ നല്ലവരാകും ജയിച്ചു ഞങ്ങൾ മുന്നേറും' എന്നുള്ളതായിരുരുന്നു സംഘടനയുടെ മുദ്രാവാക്യം.

പിന്തിരിപ്പൻ സംഘടനകളുടെ സ്വാധീനത്തിൽനിന്ന് കുട്ടികളെ മോചിപ്പിക്കുക, കുട്ടികളുടെ മാനസികവും ശാരീരികവുമായ കഴിവുകൾ വ്യായാമങ്ങളിലൂടെ വളർത്തുക, ബാലഹൃദയങ്ങളിൽ ദേശാഭിമാനവും ശാസ്ത്രബോധവും വളർത്തി ദേശീയ ഐക്യത്തിന്റെ പൊതുധാരയിലേക്ക് അവരെ നയിക്കുക എന്നിവയായിരുന്നു മുഖ്യമായ പ്രഖ്യാപിത ലക്ഷ്യങ്ങൾ. അധഃസ്ഥിതവിഭാഗങ്ങളിൽപ്പെട്ട കുട്ടികളുടെ കലാ–സാംസ്കാരികവാസനകൾ പോഷിപ്പിക്കുന്നതിനു പ്രത്യേക ഊന്നൽ നൽകാൻ ഭരണഘടന തന്നെ നിഷ്കർഷിച്ചിരുന്നു.

സംസ്ഥാനത്തെ എല്ലാ ജില്ലകളിലും കമ്മിറ്റികൾ രൂപീകരിക്കാനും അവയ്ക്ക് കീഴിൽ യൂണിറ്റുകൾ രൂപീകരിച്ച് പ്രവർത്തനം നടത്താനും ദേശാഭിമാനി ബാലസംഘത്തിന് കഴിഞ്ഞു. പോണ്ടിച്ചേരി സംസ്ഥാനത്തിന്റെ ഭാഗമായ മയ്യഴിയിലും സംഘടനയ്ക്ക് യൂണിറ്റുകൾ ഉണ്ടായിരുന്നു.

കുട്ടികളുടെ ആവശ്യങ്ങൾ ഉന്നയിച്ച് ധർണകൾ, പോസ്റ്റർ പ്രചരണം, പ്രചാരണയോഗങ്ങൾ, പ്രകടനം തുടങ്ങിയ പരിപാടികൾ ജില്ലാ – താലൂക്ക് കേന്ദ്രങ്ങളിൽ സംഘടിപ്പിക്കപ്പെട്ടു. കൂടാതെ, വെള്ളപ്പൊക്കം തുടങ്ങിയ പ്രകൃതിദുരന്തങ്ങളിൽപെട്ടു വലഞ്ഞ നാട്ടുകാർക്കുവേണ്ടിയുള്ള റിലീഫ് പ്രവർത്തനത്തിലും സംഘടന പങ്കാളിയായി. കുട്ടികളുടെ കലാ – കായിക മത്സരങ്ങൾ സംഘടിപ്പിക്കുന്നതിലും കലോത്സവങ്ങളും സാഹിത്യ–കലാമേളകളും നടത്തുന്നതിലും മുൻനിന്നു പ്രവർത്തിച്ചു. സാമൂഹ്യ–കലാ–സാംസ്കാരിക–ശാസ്ത്ര വിഷയങ്ങളിൽ പഠനക്ലാസുകൾ നടത്തി കുട്ടികളുടെ അറിവിന്റെ മേഖല വികസിപ്പിക്കുന്നതിലും സംഘടന ജാഗ്രത പുലർത്തി.

സൗജന്യമായി പാഠപുസ്തകങ്ങൾ, ഉച്ചഭക്ഷണം എന്നീ പ്രാഥമിക ആവശ്യങ്ങൾക്ക് വേണ്ടി ദേശാഭിമാനി ബാലസംഘം ശബ്ദമുയർത്തി. അടിയന്തിരാവസ്ഥയുടെ കറുത്ത നാളുകളിൽപ്പോലും ഈ ആവശ്യങ്ങൾ ഉന്നയിച്ചു ശബ്ദമുയർത്തുന്നതിനു സംഘടനയ്ക്ക് കഴിഞ്ഞു. സമരോത്സുകങ്ങളായ പ്രവർത്തനങ്ങളുടെ ആവേശകരമായ ഓർമയാണ് അന്നത്തെ ബാലസംഘം പ്രവർത്തകർക്ക് ഇന്നലെകളെക്കുറിച്ചുള്ളത്. അവരിൽ പലരും പിൽക്കാലത്ത് ഉശിരന്മാരായ രാഷ്ട്രീയ പ്രവർത്തകരും ഉത്തരവാദപ്പെട്ട നേതാക്കളുമായി ഉയരുകയും ചെയ്തു.

കാലം ആവശ്യപ്പെട്ട മാറ്റങ്ങൾ

ഇന്ത്യയിലെ മറ്റു സംസ്ഥനങ്ങൾക്കു സാക്ഷാൽക്കരിക്കാൻ കഴിയാതെ പോയ സൗജന്യവും സാർവത്രികവുമായ പൊതുവിദ്യാഭ്യാസം എന്ന ഭരണഘടനാലക്ഷ്യം 1957ലെ ആദ്യത്തെ കമ്യൂണിസ്റ്റ് ഗവൺമെന്റിന്റെ കാലംതൊട്ട് കേരളത്തിൽ സാക്ഷാൽക്കരിക്കപ്പെടാൻ തുടങ്ങി. പഠിക്കാൻ ആഗ്രഹിക്കുന്ന എല്ലാവർക്കും പഠിക്കാനുള്ള അവസരം അതോടെ നമ്മുടെ നാട്ടിൽ ലഭ്യമായി.

അതേസമയം, ഈ മഹത്തായ നേട്ടത്തിന് കുട്ടികളുടെ സാമൂഹ്യവൽക്കരണത്തിലൂന്നിയ സമഗ്രമായ വ്യക്തിത്വവികസനം എന്ന വിദ്യാഭ്യാസലക്ഷ്യം സാക്ഷാൽക്കരിക്കാനായില്ല.പരീക്ഷകളിൽ കേന്ദ്രീകരിച്ചുള്ളതായിരുന്നു പാഠ്യപദ്ധതി. പഠനത്തിന്റെ രീതിശാസ്ത്രത്തിൽ ശിശുകേന്ദ്രിതമായി വരേണ്ടിയിരുന്ന മാറ്റങ്ങൾ വന്നില്ല. "കൊഴിഞ്ഞുപോക്ക്" പൊതുവിദ്യാലയങ്ങളുടെ ശാപമായിമാറുന്നതിന് ഇതും ഒരു കാരണമായി. ശാസ്ത്ര–സാങ്കേതിക വിഷയങ്ങൾ കൂടുതൽ ഗൗരവപൂർവം പഠിപ്പിക്കാൻ തുടങ്ങിയെങ്കിലും ചരിത്രബോധമോ ശാസ്ത്രബോധമോ കുട്ടികളിൽ കരുപിടിപ്പിക്കാനുള്ള ശ്രമം നടന്നില്ല. നൂതന വിദ്യാഭ്യാസ സങ്കേതങ്ങൾക്കനുസരിച്ച് കുട്ടികളുടെ ബഹുമുഖമായ ബുദ്ധിവികാസം ലക്ഷ്യമാക്കി പ്രവർത്തിക്കാനോ അവരുടെ കായികവും സാംസ്കാരികവുമായ ശേഷികളെ പാഠ്യപദ്ധതിയുമായി കണ്ണിചേർക്കാനോ ഉള്ള ഫലപ്രദമായ യത്നങ്ങളും ഉണ്ടായില്ല. ഇതെല്ലാം കാരണമായി, കേരളത്തിലെ പൊതുവിദ്യാഭ്യാസം കാതലായ നിലവാരത്തകർച്ചയെ നേരിടാൻ ഇടവന്നു. ഈ പോരായ്മ പരിഹരിക്കാനെന്ന പേരിൽ, സ്വാർഥമാത്രപ്രേരിതമായ, വ്യക്തിഗതമായ ഉന്നതി മാത്രം ലക്ഷ്യമാക്കി പ്രവർത്തിക്കുന്ന, വരേണ്യവിഭാഗക്കാർക്കുമാത്രം പണച്ചെലവു താങ്ങാനാവുന്ന ഇംഗ്ലീഷ് മീഡിയം സ്വകാര്യ വിദ്യാലയങ്ങൾ നാട്ടിൻപുറങ്ങളിൽ പോലും സ്വാശ്രയവിദ്യാഭ്യാസ സ്ഥാപനങ്ങളെന്ന നിലയിൽ കൂണുപോലെ മുളച്ചുപൊന്താൻ തുടങ്ങി. വരുമാനം കുറഞ്ഞ രക്ഷിതാക്കൾക്ക് അവ അപ്രാപ്യമായിരുന്നു. മാത്രമല്ല, അവ സാമൂഹ്യബാധ്യതകൾ സംബന്ധിച്ച ധാരണകൾ കുട്ടികളിൽ വളർത്തുന്നതിലും അവരിൽ അധ്വാനത്തിലെ പങ്കാളിത്തത്തിൽ അഭിമാനബോധം സൃഷ്ടിക്കുന്നതിലും തികഞ്ഞ അലംഭാവമാണു കാട്ടിയത്. ഇതോടൊപ്പം തൊഴിലില്ലായ്മയും ദാരിദ്ര്യവും നാട്ടിൽ പെരുകുകയും പലകാരണങ്ങളാലും വിദ്യാലയങ്ങളിൽനിന്നു പൊഴിഞ്ഞുപോയ കുട്ടികൾ കൃഷിയിടങ്ങളിലും ചെറുകിടതൊഴിൽസ്ഥാപനങ്ങളിലും കരിങ്കൽക്വാറികളിലും കെട്ടിടനിർമാണസ്ഥലങ്ങളിലും ഹോട്ടലുകളിലും തൊഴിൽ തേടിയെത്താൻ നിർബന്ധിതരാവുകയും ചെയ്തു.

ഈ ദുഃസ്ഥിതി സൃഷ്ടിച്ച പഴുതുകൾക്കിടയിലൂടെ ഭൂതകാലത്തിന്റെ ജഡഭാരങ്ങളായ ജാതി–മത ചിന്തകളും അന്ധവിശ്വാസങ്ങളും കുട്ടിക

ളിൽ ആഴത്തിൽ വേരൂന്നാൻ ഇടവന്നു. മൂല്യബോധത്തിലും സംസ്കാരത്തിലും വിവിധ തട്ടുകളിൽ നിൽക്കുന്നവരായി കുട്ടികൾ വേർതിരിക്കപ്പെട്ടു. ഈ സാഹചര്യത്തിൽ വിദ്യാലയങ്ങളുടെ നാലുചുവരുകൾക്ക് പുറത്ത് കുട്ടികളുടെ ഒരു സമാന്തരവിദ്യാഭ്യാസപ്രസ്ഥാനം കെട്ടിപ്പടുക്കുന്നത് അനിവാര്യമാണെന്ന് വിദ്യാഭ്യാസത്തെ സാമൂഹ്യമുന്നേറ്റത്തിനുള്ള ഒരായുധമായി കാണുന്നവർ തിരിച്ചറിഞ്ഞു. ദേശാഭിമാനി ബാലസംഘത്തിന് അതിന്റെ പരിമിതിക്കുള്ളിൽ നിന്നുകൊണ്ട് ഈ അനിവാര്യതയോടു നീതിപുലർത്താനാവില്ലെന്നും തിരിച്ചറിയപ്പെട്ടു. ഈ തിരിച്ചറിവിന്റെ പരിണതഫലമായാണ് ദേശാഭിമാനി ബാലസംഘത്തിന്റെ സ്ഥാനത്ത് സംസ്ഥാനത്തെ കുട്ടികളെ മുഴുവൻ ഉൾക്കൊള്ളാൻ കഴിയുന്ന ഔപചാരികവിദ്യാഭ്യാസത്തിനു സമാന്തരമായി പ്രവർത്തിക്കുന്ന ഒരു വിദ്യാഭ്യാസ–സാംസ്കാരിക പ്രസ്ഥാനമായി ബാലസംഘം രൂപമെടുത്തത്.

ബാലസംഘം : കുട്ടികളുടെ സമാന്തരവിദ്യാഭ്യാസ–സാംസ്കാരിക സംഘടനയായി രൂപംകൊള്ളുന്നു

> പഠിച്ചു ഞങ്ങൾ നല്ലവരാകും
> ജയിച്ചു ഞങ്ങൾ മുന്നേറും
> പടുത്തുയർത്തും ഭാരത മണ്ണിൽ
> സമത്വ സുന്ദര നവലോകം

എന്ന മുദ്രാവാക്യം അംഗീകരിച്ച ബാലസംഘത്തിൽ പുതിയ ഭരണഘടനയും കൊടിയും ഇതോടെ ഉണ്ടായി. 3:2 എന്ന അനുപാതത്തിൽ നീളവും വീതിയും ഉള്ളതും വെളുത്ത പശ്ചാത്തലത്തിൽ മുകളിലെ അറ്റത്ത് ഇടതു മൂലയിൽ ചുവപ്പു നിറത്തിൽ 5 ആരങ്ങളുള്ള നക്ഷത്രവും താഴെ അരികിനോടു ചേർന്ന് നീലനിറത്തിൽ മലയാളത്തിൽ ബാലസംഘം എന്ന് എഴുതിച്ചേർത്തിട്ടുള്ളതുമാണ് ബാലസംഘത്തിന്റെ പതാക.

ഏഴുവയസു മുതൽ പതിനാറു വയസു വരെ പ്രായക്കാരായ കുട്ടികൾ അംഗങ്ങളായുള്ള യൂണിറ്റുകൾ, യൂണിറ്റുകളെ കൂട്ടിയിണക്കുന്ന മേഖല/വില്ലേജ് കമ്മിറ്റികൾ, മേഖല/വില്ലേജ് കമ്മിറ്റികൾ ചേർത്തുണ്ടാക്കുന്ന ഏര്യ കമ്മിറ്റികൾ, ഏര്യ കമ്മിറ്റികൾ ചേർന്ന ജില്ലാ കമ്മറ്റികൾ എന്നിങ്ങനെയായിട്ടാണ് ബാലസംഘത്തിന്റെ സംഘടനാ രൂപം. കുട്ടികളുടെ സംഘടനയ്ക്ക് സംസ്ഥാന കമ്മിറ്റി വേണ്ടെന്നു തീരുമാനിക്കപ്പെട്ടു. യൂണിറ്റുകൾ മുതൽ മുകളിലോട്ടുള്ള എല്ലാ കമ്മിറ്റികൾക്കും രക്ഷാധികാരി സമിതികൾ ഉണ്ടായിരിക്കണമെന്നു നിഷ്കർഷിച്ച ഭരണഘടന ജില്ലാ പ്രവർത്തനങ്ങൾ ഏകോപിപ്പിക്കുന്നതിനുവേണ്ടി സംസ്ഥാനതലത്തിൽ ഒരു ഏകോപനസമിതിയെയും വിഭാവനം ചെയ്തു. “ബാല

സംഘം പ്രവർത്തനത്തെ സഹായിക്കുകയാണ് രക്ഷാധികാരി സമിതിയുടെ കടമ" എന്ന് ഭരണഘടന നിഷ്കർഷിച്ചു.

സമാന്തര വിദ്യാഭ്യാസ സങ്കൽപ്പം ആശയതലത്തിൽനിന്ന് പ്രായോഗികതലത്തിലേക്ക്

കാലഘട്ടം ആവശ്യപ്പെടുന്ന രീതിയിൽ ബാലസംഘത്തെ ഔപചാരിക വിദ്യാഭ്യാസത്തിനു സമാന്തരമായി പ്രവർത്തിക്കുന്ന ഒരു ബദൽ വിദ്യാഭ്യാസ-സാംസ്കാരിക സംഘടനയാക്കി മാറ്റാനുള്ള ചർച്ചകളും പ്രായോഗിക പരീക്ഷണങ്ങളും ആയിരുന്നു തുടർന്നുള്ള ഏതാനും വർഷങ്ങളിൽ നടന്നത്. ഈ മാറ്റത്തിനു വേണ്ടിയുള്ള ഗൗരവമേറിയ അന്വേഷണത്തിന്റെ ആദ്യത്തെ നാഴികക്കല്ലുകളായിരുന്നു പേരൂർക്കട (1983), അരുവിപ്പുറം (1985), കുനിശ്ശേരി (1986) ക്യാമ്പുകളും അവയ്ക്കു മുന്നോടിയായി ആലപ്പുഴ ജില്ലയിലെ കൃഷ്ണപുരത്തും കണ്ണൂർ ജില്ലയിലെ പാപ്പിനിശ്ശേരിയിലും വച്ചു നടന്ന കൂടിയാലോചനാ യോഗങ്ങളും. പേരൂർക്കട ക്യാമ്പിൽ മാറ്റത്തെപ്പറ്റിയുള്ള ആശയപരമായ ചർച്ചകൾക്കാണ് പ്രാമുഖ്യം ലഭിച്ചതെങ്കിൽ ആ ചർച്ചകളുടെ വിപുലീകരണവും പ്രായോഗികപരീക്ഷണങ്ങൾക്കുള്ള അടിത്തറ പാകലുമാണ് അരുവിപ്പുറം ക്യാമ്പിൽ നടന്നത്.

ഈ സംരംഭങ്ങളിലെ അനുഭവങ്ങൾ അടിസ്ഥാനമാക്കി കുട്ടികളെക്കൂടി പങ്കെടുപ്പിച്ചും പ്രായോഗിക പ്രവർത്തനങ്ങൾക്ക് മുൻതൂക്കം കൊടുത്തും ആയിരുന്നു കുനിശ്ശേരി ക്യാമ്പ് സംഘടിപ്പിച്ചത്.

ബാലസംഘം എന്ത്? എന്തിന്?

മേൽവിവരിച്ച ക്യാമ്പുകൾ ബാലസംഘം പ്രവർത്തകർക്ക് പുതുതായൊരു പ്രവർത്തന പന്ഥാവു നിർദേശിക്കുന്ന *ബാലസംഘം എന്ത്? എന്തിന്?* എന്ന പുസ്തകം പുറത്തിറക്കാനുള്ള ഉൾക്കരുത്ത് സംഘടനയ്ക്ക് നൽകി. ഈ പുസ്തകത്തിലൂടെയാണ് ബാലസംഘത്തിന്റെ പുതുക്കിയ ലക്ഷ്യങ്ങളും പരിപാടികളും നിശ്ചയിക്കപ്പെടുകയും അവ കൈവരിക്കാനുള്ള മാർഗരേഖ വരച്ചുകാട്ടുകയും ബാലസംഘം പ്രവർത്തനത്തിൽ രക്ഷാധികാരികൾക്കുള്ള പങ്ക് വിശദീകരിക്കപ്പെടുകയും ചെയ്തത്.

ലക്ഷ്യങ്ങൾ നിർവചിക്കപ്പെട്ടത് ഇങ്ങനെ ആയിരുന്നു-

- അന്ധവിശ്വാസങ്ങളിൽനിന്നും അനാചാരങ്ങളിൽനിന്നും ജാതി- മത -വംശ-വർണ-പ്രാദേശിക സങ്കുചിതത്വങ്ങളിൽനിന്നും പുതിയ തലമുറയെ മോചിപ്പിക്കുക
- ശാസ്ത്രീയവും യുക്തിചിന്തയിൽ അധിഷ്ഠിതവുമായ കാഴ്ചപ്പാട് കുട്ടികളിൽ കരുപ്പിടിപ്പിക്കുക

- കുട്ടികളുടെ കലാപരവും കായികവുമായ നൈസർഗിക കഴിവുകൾ കണ്ടെത്തി വികസിപ്പിക്കുക
- കുട്ടികളിൽ അധ്വാനത്തോടും അതിലെ പങ്കാളിത്തത്തോടും മതിപ്പു ളവാക്കുക.
- വ്യക്തിയെ സമൂഹത്തോടു സമരസപ്പെടുത്തുന്നതിന്റെ പ്രാധാന്യം കുട്ടികളെ ബോധ്യപ്പെടുത്തുക
- സമൂഹത്തോടുള്ള പ്രതിബദ്ധത, സാർവദേശീയ ബോധം, യുദ്ധ ത്തോടു വിരോധം, സമാധാനവാഞ്ഛ, പരിസ്ഥിതി സ്നേഹം എന്നിവ കുട്ടികളിൽ വളർത്തുക
- സമൂഹത്തിന്റെ വളർച്ചയിൽ തന്റെ ഇടം തിരിച്ചറിയാൻ കുട്ടികൾക്ക് ശേഷി നൽകുക
- കുട്ടികളിൽ ഉൽകൃഷ്ടമായ മാനവികമൂല്യങ്ങളിലുള്ള വിശ്വാസവും സദാചാരബോധവും സൃഷ്ടിക്കുക.

മേൽക്കൊടുത്ത ലക്ഷ്യങ്ങൾ സാക്ഷാൽക്കരിക്കുന്നത് വിദ്യാഭ്യാസ വുമായി ബന്ധപ്പെട്ട വിവിധ മേഖലകളിലെ പ്രവർത്തന പരിപാടികളി ലൂടെ ആയിരിക്കണമെന്ന് കൈപ്പുസ്തകം നിർദേശിച്ചു. ദിനാചരണങ്ങൾ, കഥകൾ, കവിതകൾ, നാടകങ്ങൾ, കളികൾ, നിർമാണപ്രവർത്തനങ്ങൾ, പ്രകൃതിനിരീക്ഷണം, ശാസ്ത്രീയപരീക്ഷണങ്ങൾ, ബാലപ്രസിദ്ധീകര ണങ്ങൾ തുടങ്ങിയ പ്രവർത്തന പരിപാടികളെ സംബന്ധിച്ച മാർഗ രേഖയും കൈപ്പുസ്തകം പ്രവർത്തകർക്കായി നൽകി. കുട്ടികൾക്കു പാടാവുന്ന ഏതാനും കൂട്ടപ്പാട്ടുകളും നാടൻപാട്ടുകളും ശാസ്ത്രം, ചരിത്രം തുടങ്ങിയ വിഷയങ്ങൾ മുൻനിർത്തിയുള്ള പാഠക്കുറിപ്പുകളും പുസ്തകത്തിന്റെ സവിശേഷസമ്പത്തായിരുന്നു. ബാലസംഘം പ്രവർത്തനം പുതിയ രീതിയിൽ മുന്നോട്ടു കൊണ്ടുപോകുന്നതിനുള്ള അടിസ്ഥാന രേഖ തന്നെയായി ചുരുക്കത്തിൽ *ബാലസംഘം എന്ത്? എന്തിന്?*

ജനാധിപത്യപരമായ അധ്യയനരീതികളിലേക്ക്

ബാലസംഘം എന്ത്? എന്തിന്? അടിസ്ഥാനമാക്കി ചിട്ടപ്പെടുത്തി സംസ്ഥാനത്തിന്റെ എല്ലാ ജില്ലകളിൽനിന്നും വന്നെത്തിയ നൂറുകണ ക്കിനു കുട്ടികളെയും രക്ഷാധികാരികളെയും പങ്കെടുപ്പിച്ചു നടത്തിയ ആദ്യത്തെ സംസ്ഥാനക്യാമ്പായിരുന്നു 1989 മേയ് മാസത്തിൽ കൊല്ല ത്തുവച്ചു നടത്തിയ കളിയരങ്ങ് ക്യാമ്പ്. സ്വാതന്ത്ര്യസമരത്തിന്റെ ഭാഗ മായി കേരളത്തിലും മറ്റു സംസ്ഥാനങ്ങളിലും കുട്ടികൾ ഉൾപ്പെട്ടു നട ത്തിയ പ്രവർത്തനങ്ങളെപ്പറ്റിയുള്ള കഥകൾ, ശാസ്ത്രകഥകൾ ഇവ അടിസ്ഥാനമാക്കി അധ്യാപകരും കുട്ടികളും തമ്മിലുള്ള സംവാദങ്ങളുടെ രൂപത്തിൽ നടത്തിയ കളിയരങ്ങ് ജനാധിപത്യപരമായ അധ്യയനരീതിക്ക് ബാലസംഘം നൽകിയ ആദ്യത്തെ സംഭാവനയായിരുന്നു.

തുടർന്ന്, നമുക്കു ചുറ്റുമുള്ള ലോകം കുട്ടികൾക്കു പരിചയപ്പെടുത്തിക്കൊടുക്കുന്നതിനുവേണ്ടി എറണാകുളം ജില്ലയിലെ വടക്കൻ പറവൂരിൽ വച്ച് രക്ഷാധികാരികൾക്കുള്ള ഒരു സംസ്ഥാന ശിൽപ്പശാല നടന്നു. അതിലെ അനുഭവങ്ങൾ പ്രായോഗികതലത്തിൽ പരീക്ഷിക്കുന്നതിനുവേണ്ടിയാണ് 1993 ഡിസംബറിൽ വിപുലമായ തോതിൽ കയ്യൂർ ക്യാമ്പ് സംഘടിപ്പിച്ചത്. ജനാധിപത്യപരമായ അധ്യയനരീതി കൂടുതൽ മേഖലകളിലേക്കു വ്യാപിപ്പിക്കുന്നതിനുള്ള ബോധപൂർവമായ ശ്രമമായിരുന്നു കയ്യൂർ ക്യാമ്പ്. പഠിതാവിൽ പഠനം സംബന്ധിച്ചു നടത്തേണ്ട മുന്നൊരുക്കങ്ങൾ നിർണയിക്കുന്നതിലും സംവാദം, പാട്ട്, കഥ, അഭിനയം, കളികൾ എന്നീ ഉപാധികളെ പാഠ്യവിഷയം ഹൃദയാവർജകമായി കുട്ടികളിൽ എത്തിക്കുന്നതിനായി പ്രയോജനപ്പെടുത്തുന്നതിലും പഠനത്തിന്റെ മൂല്യനിർണയത്തിനുള്ള മാനദണ്ഡങ്ങൾ കണ്ടെത്തുന്നതിലും കയ്യൂർക്യാമ്പ് നൽകിയ സംഭാവന വളരെ വലുതായിരുന്നു. കേരളത്തിലെ പൊതു പാഠ്യപദ്ധതി ശിശുകേന്ദ്രീകൃതമാക്കുന്നതിൽ കയ്യൂർ ക്യാമ്പ് എളുതല്ലാത്ത സംഭവനയാണു നൽകിയതെന്ന് വിലയിരുത്താൻ ഇന്നു നമുക്കു സത്യമായും കഴിയും. കുട്ടികളുടെ പ്രവർത്തനങ്ങളുടെ അവിഭാജ്യഘടകമായ കളികളും അവയോടു ബന്ധപ്പെട്ട കായികപരിശീലനവും നാടിന്റെ പാരമ്പര്യത്തിന്റെ പശ്ചാത്തലത്തിൽ ചിട്ടപ്പെടുത്തുന്നതിനുവേണ്ടി നടത്തിയ സംരംഭമായിരുന്നു 1992–ൽ കണ്ണൂർ ജില്ലയിലെ പറശ്ശിനിക്കടവിൽ വച്ചു സംഘടിപ്പിച്ച കളി–കായിക പരിശീലന ക്യാമ്പ്.

ബാലസംഘം എന്ത്? എന്തിന്? എന്ന പുസ്തകത്തിലൂടെ രൂപം കൊടുത്ത ആശയപരമായ അടിത്തറയും തുടർന്നുനടന്ന ക്യാമ്പുകളിൽ ചിട്ടപ്പെടുത്തിയ പ്രായോഗിക പ്രവർത്തനങ്ങളും പിന്നീടുള്ള വർഷങ്ങളിൽ ആവർത്തിച്ചുള്ള വിലയിരുത്തലിനു വിധേയമാക്കപ്പെടുകയുണ്ടായി. 1992 മാർച്ചിലെ തൃശ്ശൂർ കൺവെൻഷൻ, 1993 ആഗസ്റ്റിലെ ചങ്ങനാശ്ശേരി കൺവെൻഷൻ, 1995 ഡിസംബറിൽ പാലക്കാട്ടും 1998 ഡിസംബറിൽ കൊല്ലത്തും വച്ചു നടന്ന കൺവെൻഷനുകൾ എന്നീ വേദികളിലും 1993 ലെ കയ്യൂർക്യാമ്പിൽ ഈ വഴിക്കു നടന്ന ചർച്ചകൾ എന്നിവ എടുത്തു പറയേണ്ടതായിട്ടുണ്ട്.

പഠനാനുബന്ധപ്രവർത്തനങ്ങൾക്ക് ഊന്നൽ

1995–ൽ ചേർന്ന പാലക്കാട് കൺവെൻഷൻ പഠനാനുബന്ധപ്രവർത്തനങ്ങളുടെ വേദിയാവണം ബാലസംഘം എന്നു നിഷ്കർഷിച്ചത് ബാലസംഘത്തിന്റെ ചരിത്രത്തിലെ മറ്റൊരു നാഴികക്കല്ലായിരുന്നു. യൂണിറ്റുകളിലെ പ്രവർത്തനത്തിലൂന്നിവേണം സംഘടന കെട്ടിപ്പടുക്കാനെന്നും കുട്ടികളുടെ അധ്യയനത്തിൽ ഗുണപരമായ സംഭാവനകൾ നൽകുന്നതോടൊപ്പം അവരുടെ എല്ലാ കലാ–സാംസ്കാരിക–കായിക പ്രവർത്തനങ്ങളിലും അവരുടെ ജീവിതശൈലിയിലാകെയും സജീവ

മായി ഇടപെടാനുള്ള ശേഷി സമാർജിച്ച് ബാലസംഘത്തെ കുട്ടികളുടെ യഥാർഥ സമാന്തര വിദ്യാഭ്യാസ–സാംസ്കാരിക പ്രസ്ഥാനമാക്കിമാറ്റണമെന്നും 1998–ലെ കൊല്ലം കൺവെൻഷൻ നിർദേശിച്ചതും എടുത്തുപറയേണ്ടതുണ്ട്.

അന്വേഷണാത്മകവും പ്രക്രിയാധിഷ്ഠിതവുമായ പഠനത്തിലേക്ക്

മുകളിൽ സൂചിപ്പിച്ച വിലയിരുത്തലുകളുടെ പശ്ചാത്തലത്തിൽ 1998 ഒക്ടോബറിൽ കോഴിക്കോട് ജില്ലയിലെ വട്ടോളിയിലും 2000 മേയിൽ പാലക്കാട് ജില്ലയിലെ എടത്തറയിലും നടന്ന രണ്ട് അറിവരങ്ങു ക്യാമ്പുകൾ ഈ ദിശയിലൂടെ കയ്യൂർ ക്യാമ്പിന്റെ തുടർച്ചയായി നടത്തിയ വിജയകരമായ സംരംഭങ്ങളായിരുന്നു. ഔപചാരികവിദ്യാഭ്യാസത്തിന്റെ വിവിധമേഖലകളിലെ പാഠ്യവിഷയങ്ങൾ അന്വേഷണാത്മകവും പ്രക്രിയാധിഷ്ഠിതവുമായ പ്രവർത്തനങ്ങളിലൂടെ ഉൾക്കൊള്ളുന്നതിന് കുട്ടികളെ പ്രാപ്തരാക്കുന്നതിനുവേണ്ടി നടത്തിയ പരീക്ഷണങ്ങളായിരുന്നു സംസ്ഥാനത്തെ എല്ലാ ജില്ലകളിൽ നിന്നുമുള്ള കുട്ടികളെയും രക്ഷാധികാരികളെയും പങ്കെടുപ്പിച്ച് നടത്തിയ ഈ രണ്ടു ക്യാമ്പുകൾ.

1992–ലെ പറശ്ശിനിക്കടവ് ക്യാമ്പിന്റെ തുടർച്ചയായി, ചിട്ടയായ കായിക പ്രവർത്തനങ്ങളിൽ രക്ഷാധികാരികൾക്കും കുട്ടികൾക്കും പരിശീലനം നൽകിയതാണ് 2002 മേയിൽ തന്നെ കണ്ണൂർ ജില്ലയിലെ കല്യാശ്ശേരിയിൽ വച്ചു നടത്തിയ വളന്റിയർ ക്യാമ്പിന്റെ സംഭാവന. ഔപചാരിക വിദ്യാഭ്യാസരംഗത്ത് അവഗണിക്കപ്പെടുന്ന കായികക്ഷമത മുൻനിർത്തി ശാരീരിക വ്യായാമങ്ങൾ (പി ടി), യോഗാഭ്യാസം, ഡിസ്പ്ലെ എന്നിവയിൽ പരിശീലനം നൽകിയ കല്യാശ്ശേരി ക്യാമ്പ് ചിട്ടയായ സംഘടനാ പ്രവർത്തനത്തിന് അടിത്തറയിടുന്നതിനുകൂടി ഭാവിയിൽ സഹായകമാകുമെന്നായിരുന്നു പ്രത്യാശ. എന്നാൽ മറ്റു ക്യാമ്പുകളുടെ അനുഭവങ്ങളെപ്പോലെ ഈ ക്യാമ്പിലെ അനുഭവങ്ങൾ പ്രയോജനപ്പെടുത്താൻ സംഘടനയ്ക്കു കഴിഞ്ഞില്ല. വർഷങ്ങൾ പിന്നിട്ടപ്പോൾ പറശ്ശിനിക്കടവ് ക്യാമ്പിന്റെ സംഭാവനകൾ പലതും വിസ്മൃതിയിലേക്കു തള്ളപ്പെടുകയാണുണ്ടായത്.

ഇരുപതു വർഷത്തെ പ്രവർത്തനങ്ങൾ വിലയിരുത്തുന്നു.

2002 ഒക്ടോബറിൽ തൃശ്ശൂർ വച്ചു ചേർന്ന ബാലസംഘം രക്ഷാധികാരി സമ്മേളനം പുതിയരീതിയിൽ സംഘടനാപ്രവർത്തനം രൂപപ്പെടുത്താൻ ആരംഭിച്ച ശേഷമുള്ള ഇരുപതുവർഷത്തെ പ്രവർത്തനം ആഴത്തിൽ വിലയിരുത്തുന്നതിനു ശ്രമിക്കുകയുണ്ടായി. ശിശുകേന്ദ്രിതവും പ്രക്രിയാധിഷ്ഠിതവുമായ പാഠ്യപദ്ധതി ആവിഷ്കരിക്കുന്നതിലൂടെ സംസ്ഥാനത്തെ പൊതുവിദ്യാഭ്യാസത്തെ മൂല്യത്തകർച്ചയിൽനിന്നു രക്ഷിക്കുന്നതിനുവേണ്ടി തുടർച്ചയായ ആശയപ്രചാരണവും പ്രായോ

ഗിക പ്രവർത്തനവും നടത്താനെന്നതുപോലെ കുട്ടികളുടെ തനതായ അഭിരുചികൾക്കും വീക്ഷണ വിശേഷങ്ങൾക്കും സർഗാത്മകതയ്ക്കും ഇണങ്ങുന്ന രീതിയിൽ ആവിഷ്കരിച്ച വേനൽത്തുമ്പി കലാജാഥകളിലൂടെ കുട്ടികളുടെ സാംസ്കാരിക പ്രവർത്തനങ്ങളെപ്പറ്റിയുള്ള പൊതുസമൂഹത്തിന്റെ ധാരണകൾ മെച്ചപ്പെടുത്താൻ ഈ കാലയളവിൽ ബാലസംഘത്തിനു സാധിച്ചെന്ന് സമ്മേളനം കണ്ടു.

അതേ സമയം പ്രായോഗികപ്രവർത്തനരംഗത്ത് സംഘടനയ്ക്കു വിജയിക്കാൻ കഴിഞ്ഞില്ലെന്ന് തൃശ്ശൂർ സമ്മേളനം തിരിച്ചറിയുകയുണ്ടായി. ശിശുകേന്ദ്രിതവിദ്യാഭ്യാസം സംബന്ധിച്ചു രൂപപ്പെടുത്തിയ ധാരണകൾ അടിസ്ഥാനമാക്കി പ്രവർത്തിക്കുന്ന കേന്ദ്രങ്ങളായി ബാലസംഘം യൂണിറ്റുകളെ മാറ്റാനോ നേടിയെടുക്കാൻ കഴിഞ്ഞ അക്കാദമിക്ശേഷി കാര്യക്ഷമമായി യൂണിറ്റുകളിൽ പ്രയോജനപ്പെടുത്താനോ കഴിഞ്ഞില്ലെന്നുള്ളതാണ് സമ്മേളനം തിരിച്ചറിഞ്ഞ മുഖ്യ ദൗർബല്യങ്ങൾ. ഇവ പരിഹരിക്കുന്നതിനുവേണ്ടിയുള്ള സംഘടനാപരവും പ്രായോഗികവുമായ പല കർമപരിപാടികളും തൃശ്ശൂർ സമ്മേളനം മുന്നോട്ടുവച്ചു.

പഠനത്തിന് പുതുവഴി കണ്ടെത്തുന്നു

തൃശ്ശൂർ സമ്മേളനം ചൂണ്ടിക്കാണിച്ച ദൗർബല്യങ്ങൾ പരിഹരിക്കാനുള്ള ഗൗരവപൂർവമുള്ള ശ്രമങ്ങളുടെ തുടക്കമായിരുന്നു കോട്ടയം–തിരൂർ ശിൽപ്പശാലകൾ.

യൂണിറ്റ് പ്രവർത്തനത്തിന് മൂന്നു ടേമുകളായി തിരിച്ച സ്ഥിരമായ ഒരു ടൈംടേബിൾ രൂപപ്പെടുത്തുകയും അതനുസരിച്ച് യൂണിറ്റുകളിൽ പ്രയോഗിക്കാനുള്ള പാഠമാതൃകകൾ തയാറാക്കുകയും ചെയ്തതാണ് 2003 ഫെബ്രുവരിയിൽ കോട്ടയത്തു വച്ചും 2004 ആഗസ്റ്റിൽ തിരൂർ തുഞ്ചൻപറമ്പിൽ വച്ചും നടന്ന രണ്ടുശിൽപ്പശാലകളിലൂടെ നേടിയെടുത്ത നേട്ടം. മുതിർന്ന കുട്ടികൾ കൂടി പങ്കാളികളായിരുന്ന ഈ ശിൽപ്പശാലകളിൽ വച്ച്, ഇതിനകം സംസ്ഥാനത്തു രൂപംകൊണ്ടുകഴിഞ്ഞിരുന്ന പുതിയ പാഠ്യപദ്ധതിയുടെ അടിസ്ഥാനത്തിൽ ബാലസംഘത്തിന്റെ കരിക്കുലം–സിലബസുകളിൽ കാലാനുസൃതമായ മാറ്റങ്ങൾ വരുത്താനും വിവിധ പാഠ്യവിഷയങ്ങൾ അടിസ്ഥാനമാക്കിയുള്ള പ്രവർത്തനങ്ങളിൽ പ്രോജക്ട് പ്രവർത്തങ്ങൾകൂടി ഉൾപ്പെടുത്താനും അവയുൾപ്പെടെ യൂണിറ്റുകളിൽ നേരിട്ടു പ്രയോഗിക്കാവുന്ന അനേകം പ്രവർത്തന മോഡ്യൂളുകൾ തയാറാക്കാനും ഈ ശിൽപ്പശാലകളിൽ വച്ചു സാധിച്ചു.

പഠനാനുഭവങ്ങളെപ്പറ്റി പുതിയ ധാരണകൾ രൂപപ്പെടുന്നു

സമാന്തരവിദ്യാഭ്യാസ പ്രവർത്തനമെന്ന ആശയം വിപുലപ്പെടുത്തിക്കൊണ്ട്, ബാലസംഘത്തിന്റെ ലക്ഷ്യങ്ങളും പരിപാടികളും സാക്ഷാൽക്കരിക്കാൻ സഹായകമായ പഠനാനുഭവങ്ങൾ സമാന്തരവിദ്യാ

ഭ്യാസ പ്രവർത്തനങ്ങളിലൂടെ കുട്ടികൾക്കു ലഭ്യമാക്കാൻ കഴിയണമെന്ന് കോട്ടയം ശിൽപ്പശാല നിർദേശിച്ചു. ശാസ്ത്രബോധം, ചരിത്രബോധം, സാമൂഹികബോധം, ജനാധിപത്യബോധം, മതനിരപേക്ഷതാബോധം, സർഗാത്മകത, കായികക്ഷമത, അധ്വാനത്തിന്റെ മഹത്വത്തെക്കുറിച്ചുള്ളബോധം, അവകാശബോധം എന്നിവ അടങ്ങുന്ന ജീവിത വീക്ഷണത്തിന്റെ ഉടമകളായി വളരുവാൻ കുട്ടികളെ സഹായിക്കുന്നവ ആയിരിക്കണം അവർക്കു ലഭിക്കുന്ന പഠനാനുഭവങ്ങളെന്നും കോട്ടയം ശിൽപ്പശാല ചൂണ്ടിക്കാട്ടി. അത്തരം പഠനാനുഭവങ്ങൾ ഏവയെന്ന് ആ ശിൽപ്പശാല നിർണയിച്ചു.

ചുറ്റുപാടുകളെ വിമർശനാത്മകമായി വിലയിരുത്തി അവയിൽ ക്രിയാത്മകമായി ഇടപെടാനുള്ള ശേഷി കുട്ടികളിൽ വളർത്തുന്നവയാകണം അവരുടെ പഠനാനുഭവങ്ങൾ. പ്രശ്നങ്ങളെ നേരിടാനും അവയ്ക്കു പരിഹാരം കണ്ടെത്താനും അവ കുട്ടികളെ പ്രാപ്തരാക്കണം. സാംസ്കാരിക- സാമൂഹിക വൈവിധ്യങ്ങളെ മാനവരാശിയുടെ പൊതു സ്വത്തായി തിരിച്ചറിയാൻ അവ കുട്ടികളെ പ്രേരിപ്പിക്കണം. പ്രകൃതിയെ അറിയാനും സ്നേഹിക്കാനും സംരക്ഷിക്കാനുമുള്ള താൽപ്പര്യം കുട്ടികളിൽ സൃഷ്ടിക്കപ്പെടണം. പ്രകൃതിയും സമൂഹവും നിരന്തരമായി മാറിക്കൊണ്ടിരിക്കയാണെന്നും അങ്ങനെ മാറിക്കൊണ്ടിരിക്കുന്ന ചുറ്റുപാടിലാണ് താൻ ഇടപെടുന്നതെന്നും കുട്ടിയെ ബോധ്യപ്പെടുത്താൻ കഴിയണം. എല്ലാറ്റിലുമുപരി, ജനാധിപത്യം, മതേതരത്വം, അവസരസമത്വം, സാമൂഹികനീതി എന്നീ മൂല്യങ്ങൾ പുലരുന്ന സമൂഹസൃഷ്ടിക്കായി പ്രവർത്തിക്കാനുള്ള അർപ്പണബുദ്ധി കുട്ടികളിൽ സൃഷ്ടിക്കപ്പെടണം. കുട്ടികൾക്കു ലഭിക്കേണ്ട പഠനാനുഭവങ്ങൾ സംബന്ധിച്ച് കോട്ടയം ശിൽപ്പശാല രൂപം നൽകിയ കാഴ്ചപ്പാടിന്റെ ഘടകങ്ങൾ ഇവയായിരുന്നു.

കുട്ടികൾക്കു സജീവമായ പങ്കാളിത്തമുള്ള പ്രവർത്തനങ്ങളിലൂടെ മേൽ സൂചിപ്പിച്ച പഠനാനുഭവങ്ങൾ ലഭ്യമാക്കുന്നതിനു സഹായകമായ ഒട്ടേറെ പ്രവർത്തന മോഡ്യൂളുകൾ ആവിഷ്കരിച്ചതു കൂടാതെ കോട്ടയം ശിൽപ്പശാല ഇത്തരത്തിലുള്ള വൈവിധ്യമാർന്ന പ്രവർത്തനങ്ങൾ പ്രാദേശികമായി കണ്ടെത്താൻ ബാലസംഘം പ്രവർത്തകർക്ക് അഹ്വാനം നൽകുകയും ചെയ്തു.

കോട്ടയം-തിരൂർ ശിൽപ്പശാലകൾ പുതിയ പാഠ്യപദ്ധതിക്കനുസരിച്ച് ആസൂത്രണം ചെയ്ത ഒരു പഠനപ്രവർത്തനമായിരുന്നു പ്രോജക്ടുകൾ. ഇതനുസരിച്ച് ആവിഷ്കരിച്ച ഏറ്റവും പ്രധാനപ്പെട്ട പ്രോജക്ട് പ്രവർത്തനം പ്രാദേശികചരിത്രനിർമാണ പ്രോജക്ട് ആയിരുന്നു. ഏതു സമൂഹത്തിന്റെയും ചരിത്രം രൂപപ്പെടുത്തുന്നതിൽ നിർണായകമായ പങ്കുവഹിച്ച പ്രാദേശിക സംഭവങ്ങൾ പുറത്തുകൊണ്ടുവന്ന് സാമൂഹിക മുന്നേറ്റത്തിന്റെ പടവുകൾ കണ്ടെത്തുക, അതിലൂടെ സമൂഹത്തിന്റെ ഭാവിചരിത്രം രൂപപ്പെടുത്തുന്നതിന് കുട്ടികളെ പ്രാപ്തരാക്കുക എന്നീ

ലക്ഷ്യങ്ങൾ അടങ്ങുന്ന പ്രാദേശികചരിത്രനിർമാണ പ്രോജക്ടുകൾ സാമൂഹിക മുന്നേറ്റത്തിന്റെ പാഠങ്ങൾ ഉൾക്കൊള്ളുന്നതിനുള്ള പരിശീലനം കുട്ടികൾക്കു നൽകുന്ന രീതിയാണ് ആവിഷ്കരിക്കപ്പെട്ടത്.

കോട്ടയം–തിരൂർ ശിൽപ്പശാലകൾ നടന്ന് ഒരു പതിറ്റാണ്ടു പിന്നിടാൻ പോവുന്നു. ഈ കാലയളവിൽ പുതിയ പാഠ്യപദ്ധതി, പല വെല്ലുവിളികളെയും അതിജീവിച്ച് സംസ്ഥാനത്ത് കൂടുതൽ വളരുകയുണ്ടായി. നൂതന സങ്കേതികവിദ്യകളെ വർധിച്ചതോതിൽ പ്രയോജനപ്പെടുത്തി അത് നവീകരിക്കപ്പെടുകയും ചെയ്തു. ഇതനുസരിച്ച് ബാലസംഘത്തിന്റെ കരിക്കുലം– സിലബസുകളിലും പ്രവർത്തന മോഡ്യൂളുകളിലും മാറ്റങ്ങൾ വരുത്തേണ്ടത് ഇന്ന് അനിവാര്യമായിരിക്കുന്നു.

വേനൽത്തുമ്പി കലാജാഥകളും ബാലോത്സവങ്ങളും

കുട്ടികളുടെ സാംസ്കാരിക പ്രവർത്തനങ്ങൾ അവരുടെ വിദ്യാഭ്യാസത്തിന്റെ ഭാഗംതന്നെയാണ്. വിദ്യാഭ്യാസ ലക്ഷ്യങ്ങൾ സാക്ഷാൽക്കരിക്കുന്ന പ്രക്രിയ ശക്തിപ്പെടുത്താൻ സാംസ്കാരിക പ്രവർത്തനങ്ങൾക്കുള്ള ശേഷി നിസ്സീമവുമാണ്. പ്രൊഫ. ജോസഫ് മുണ്ടശ്ശേരി വിദ്യാഭ്യാസമന്ത്രി ആയിരുന്നപ്പോഴാണ് ഇക്കാര്യം തിരിച്ചറിഞ്ഞ് കുട്ടികളുടെ സാംസ്കാരിക പ്രവർത്തനങ്ങൾക്ക് ഔപചാരിക വിദ്യാഭ്യാസ രംഗത്ത് ആദ്യമായി സ്ഥാനം നൽകിയത്. എന്നാൽ, അവ നടപ്പാക്കപ്പെട്ടത് യാന്ത്രികമായിട്ടായിരുന്നതിനാലും അവയുടെ നിർമാണത്തിൽ കുട്ടികൾക്ക് തുലോം വിരളമായ പങ്കുമാത്രമാണ് ഉണ്ടായിരുന്നതെന്നതിനാലും അവയ്ക്ക് കുട്ടികളുടേതായ തനിമയോ ജനാധിപത്യസ്വഭാവമോ ഒട്ടും തന്നെ ഇല്ലായിരുന്നു.

കുട്ടികളുടെ സാംസ്കാരികപ്രവർത്തനങ്ങളിൽ ജനാധിപത്യരീതിയിൽ കുട്ടികളുടെ പങ്കാളിത്തവും കുട്ടിത്തവും കൈവരുത്തി കുട്ടികളുടേതായ യഥാർഥ തീയറ്റർ നിർമിക്കാൻവേണ്ടി ബാലസംഘം നടത്തിയ നിരവധി അന്വേഷണങ്ങളുടെ തുടക്കമായിരുന്നു 1990–ൽ ആരംഭിച്ച വേനൽത്തുമ്പി കലാജാഥകൾ. സംസ്ഥാനതലത്തിലും ജില്ലാപ്രാദേശികതലങ്ങളിലും ഓരോ വർഷവും നടത്തിയ ക്യാമ്പുകളിൽനിന്ന് ഉരുത്തിരിഞ്ഞ കലാജാഥകൾ കുട്ടികളുടെ സർഗപ്രവർത്തനം സംബന്ധിച്ച് കേരളത്തിലെ പൊതുസമൂഹത്തിന് നൂതനങ്ങളായ ധാരണകൾ സമ്പാദിച്ചു കൊടുത്തിട്ടുണ്ട്. മധ്യവേനലവധിക്കാലത്തെ ഒന്നൊന്നൊരമാസക്കാലത്തെ ചടുലവും ചിട്ടയുറ്റതുമായ പ്രവർത്തനങ്ങളിലൂടെ മിക്കവാറും എല്ലാ വർഷവും സംസ്ഥാനത്തെ പതിനായിരക്കണക്കിനു കുട്ടികളുൾപ്പെടുന്ന പ്രേക്ഷകരിലേക്കെത്തുന്ന വേനൽത്തുമ്പി കലാജാഥകൾ പുതുതലമുറയുടെ സംസ്കാരനിർമാണത്തിൽ ചെലുത്തുന്ന സ്വാധീനം വേണ്ട രീതിയിൽ വിലയിരുത്തപ്പെട്ടിട്ടില്ല. സ്കൂൾ യുവജനോത്സവങ്ങളുടെ സ്വഭാവം ഒരളവുവരെയെങ്കിലും ജനാധിപത്യപരവും ശിശുസൗഹൃദപ

രവുമാക്കുന്നതിൽ വേനൽത്തുമ്പി കലാജാഥകൾ കാര്യമായ പങ്കുവഹിച്ചിട്ടുണ്ടെന്നുള്ളതാണു വസ്തുത. പാഠപുസ്തകങ്ങളിലും ഈ ജാഥകളിലെ കലാരൂപങ്ങളുടെ സ്ക്രിപ്റ്റ് ഇടംപിടിച്ചു തുടങ്ങിയിട്ടുണ്ട്.

കാസർഗോഡ് ജില്ലയിലെ കന്നഡമേഖലയിൽ കന്നഡ ഭാഷയിലുള്ള ബസിഗ ദുമ്പികളു കഴിഞ്ഞ ഏതാനും വർഷങ്ങളിലായി വേനൽത്തുമ്പികളെ കന്നഡ സംസാരിക്കുന്നവർക്കും പ്രിയപ്പെട്ടതാക്കിയിട്ടുണ്ട്. ഇടുക്കി, പാലക്കാട് ജില്ലകളിലെ തമിഴ് മേഖലയിൽ തമിഴിൽ ജാഥകൾ സംഘടിപ്പിക്കാനുള്ള ശ്രമം നടന്നുവരികയാണ്.

അതേ സമയം, വേനൽത്തുമ്പി കലാജാഥകൾ കേരളത്തിലെ മുഴുവൻ കുട്ടികളുടേതുമായ അവധിക്കാല സാംസ്കാരിക പരിപാടിയായി ഇനിയും മാറിയിട്ടില്ല. ഈ പോരായ്മ പരിഹരിക്കുന്നതിനുവേണ്ടിയാണ് 2004–ൽ കളിക്കൂട് എന്ന പേരിൽ യൂണിറ്റുകളിൽ കുട്ടികളുടെ സാംസ്കാരിക കേന്ദ്രങ്ങൾ സ്ഥാപിക്കാൻ ശ്രമം നടത്തിയത്. തുടർന്ന്, പ്രാദേശികമായി മധ്യവേനലവധിക്കാലത്ത് ബാലോത്സവങ്ങൾ നടത്തി അവയിലേക്ക് വേനൽത്തുമ്പി കലാജാഥകൾ എത്തിച്ചേരുന്ന രീതി അവലംബിക്കാൻ തുടങ്ങി. ഈ സംരംഭം വിജയത്തിലെത്തിച്ചുകൊണ്ടു മാത്രമേ വേനൽത്തുമ്പികളെ മുഴുവൻ കുട്ടികളുടെയും സാംസ്കാരിക പരിപാടിയാക്കി മാറ്റാനാവൂ.

കുട്ടികളുടെ ക്ഷേമത്തിനും അവകാശങ്ങൾക്കുംവേണ്ടി

കുട്ടികളുടെ അവകാശങ്ങളെപ്പറ്റിയുള്ള ബോധവൽക്കരണം ബാലസംഘത്തിന്റെ അജണ്ടയിൽ ഉൾപ്പെടുത്തിയത് 2002–ലെ തൃശ്ശൂർ സമ്മേളനത്തിൽ വച്ചായിരുന്നു. അതിനുവേണ്ട മാർഗനിർദേശങ്ങളും മോഡ്യൂളുകളും തയാറാക്കിയത് കോട്ടയം ശിൽപ്പശാലയായിരുന്നു. ഐക്യരാഷ്ട്രസംഘടനയുടെ 1989–ലെ കുട്ടികളുടെ അവകാശ ഉടമ്പടി (CRC), ജസ്റ്റിസ് വി ആർ കൃഷ്ണയ്യർ ചെയർമാനായുള്ള ഉന്നതാധികാരസമിതി ഇന്ത്യാഗവൺമെന്റിനുവേണ്ടി തയാറാക്കിയ കുട്ടികളുടെ അവകാശസംഹിത–2000, 2002–ൽ യു എൻ ജനറൽ അസംബ്ലി പുറപ്പെടുവിച്ച *കുട്ടികൾക്കിണങ്ങിയ ലോകം* എന്ന രേഖ തുടങ്ങിയവയുടെ പശ്ചാത്തലത്തിലാണ് ബാലസംഘം അതിന്റെ അജണ്ടയിൽ കുട്ടികളുടെ അവകാശങ്ങൾ ഉൾപ്പെടുത്തിയത്. 2003–ലെ ബാലദിനത്തിന് നടത്തിയ ജില്ലാ റാലികൾ മുതിർന്നവരോടുള്ള അഭ്യർഥനയുടെ രൂപത്തിൽ കുട്ടികളുടെ അവകാശപ്രഖ്യാപനം നടത്തുകയും ചെയ്തു. കോട്ടയം വർക്ക് ഷോപ്പ് രൂപംനൽകിയ മോഡ്യൂൾ അനുസരിച്ച് കുട്ടികളുടെ അവകാശങ്ങളെപ്പറ്റിയുള്ള സംവാദങ്ങൾ നാനാതലങ്ങളിൽ തുടർന്നുനടന്നു. 2005–ൽ ബാലാവകാശസംരക്ഷണ കമ്മീഷൻ ബില്ല് പാർലമെന്റിൽ അവതരിപ്പിക്കപ്പെട്ട സാഹചര്യത്തിൽ അതിൽ വരുത്തേണ്ട ഭേദഗതികളെപ്പറ്റി വിശദമായ

ചർച്ചകൾ, കുട്ടികളുടെ പാർലമെന്റുകൾ തുടങ്ങിയ പരിപാടികൾ ബാലസംഘം സംസ്ഥാനവ്യാപകമായി സംഘടിപ്പിക്കുകയുണ്ടായി.

ഈ പരിപാടിയുടെ തുടർച്ചയെന്ന നിലയിൽ സംസ്ഥാനം സമഗ്രമായ ബാലനയം രൂപീകരിക്കണമെന്ന ആവശ്യം ബാലസംഘം മുന്നോട്ടുവച്ചു. 2006 സെപ്തംബർ 28 ന് കുട്ടികളുടെ രംഗത്തു പ്രവർത്തിക്കുന്ന മറ്റുസംഘടനകളെക്കൂടി പങ്കെടുപ്പിച്ച് വിപുലമായ തോതിൽ ഇതു സംബന്ധിച്ച ഒരു വർക്ക്ഷോപ്പും സെമിനാറും ബാലസംഘം മുൻകയ്യെടുത്തു നടത്തുകയുണ്ടായി. തുടർന്ന് 2006 നവംബർ 29 ന് സംസ്ഥാന മുഖ്യമന്ത്രിക്ക് ഇതു സംബന്ധിച്ച നിവേദനം നൽകുകയും ചെയ്തു. കുട്ടികളുമായി ബന്ധപ്പെടുന്ന ഭരണവിഷയങ്ങൾ കൈകാര്യം ചെയ്യുന്ന വിവിധ വകുപ്പു മന്ത്രിമാർക്ക് അവരുടെ ചുമതലയിലുള്ള വകുപ്പുകൾ സ്വീകരിക്കേണ്ട നടപടികളെപ്പറ്റിയുള്ള നിവേദനങ്ങളും നൽകുകയുണ്ടായി. 2007–ലെ ബാലദിനം ആചരിച്ചത് സമഗ്രമായ സംസ്ഥാന ബാലനയം ആവിഷ്കരിച്ചു നടപ്പാക്കണമെന്ന ആവശ്യം ഉന്നയിച്ചാണ്. സംഘടനയുടെ 70–ാം വർഷം ആചരിച്ച 2008–ലെ ബാലദിനത്തിനും ഇതേ ആവശ്യം ഉന്നയിക്കപ്പെട്ടു. സമഗ്രബാലനയം പ്രഖ്യാപിക്കുക, ജസ്റ്റിസ് വി ആർ കൃഷ്ണയ്യർ ഇതിനിടെ സംസ്ഥാന സർക്കാരിനു സമർപ്പിച്ച ബാലവകാശ നിയമസംഹിത കുറവുകൾ തീർത്ത് പാസാക്കി നടപ്പാക്കുക എന്നീ ആവശ്യങ്ങളുന്നയിച്ച് 2009 ലെ ബാലദിനം ആചരിക്കപ്പെട്ടു. കുട്ടികളുടെ അവകാശങ്ങളും ക്ഷേമവും ഇന്നും ബാലസംഘത്തിന്റെ സജീവ അജണ്ടയാണ്.

ബാലദിനാഘോഷവും മറ്റു ദിനാചരണങ്ങളും

വേനൽത്തുമ്പി കലാജാഥ കഴിഞ്ഞാൽ ബാലസംഘത്തിന്റേതായി പരക്കെ അറിയപ്പെടുന്ന പരിപാടി ബാലദിനാഘോഷമാണ്. 1938–ൽ നടന്ന ദേശീയ ബാലസംഘത്തിന്റെ പ്രഥമ സമ്മേളനത്തെ അനുസ്മരിച്ച് എല്ലാ വർഷവും ഡിസംബർ 28–ന് സംസ്ഥാനവ്യാപകമായി ബാലദിനാഘോഷം സംഘടിപ്പിക്കുന്നു. അതാതു സമയത്ത് സംഘടന മുഖ്യമായി ഉയർത്തിപ്പിടിക്കുന്ന അജണ്ട ഓരോ വർഷവും ബാലസംഘത്തിന്റെ മുഖ്യ മുദ്രാവാക്യമായിരിക്കും.

മഹാത്മാഗാന്ധിയുടെ രക്തസാക്ഷിദിനം, ജാലിയൻ വാലാബാഗ് ദിനം, നായനാർ ചരമദിനം, സാർവദേശീയ ശിശുദിനം, ലോക പരിസ്ഥിതിദിനം, ചാന്ദ്ര വിജയദിനം, ഹിരോഷിമ–നാഗസാക്കി ദിനങ്ങൾ, ഓണാഘോഷം, ഗാന്ധിജയന്തി, കേരളപ്പിറവിദിനം എന്നിവയും ബാലസംഘം ആചരിക്കാറുണ്ട്. കുട്ടികളുടെ മാതൃഭാഷാ സ്നേഹം വളർത്തുന്ന സ്വതന്ത്രപ്രവർത്തനമെന്ന നിലയിൽ 2008 ഒക്ടോബർ– ഡിസംബർ മാസങ്ങളിലായി *കിളിമകളോടൊത്ത്* എന്ന പേരിൽ നടത്തിയ കയ്യെ

ഴുത്തുമാസികാ നിർമാണം സംസ്ഥാനതലത്തിൽ സംഘടിപ്പിക്കപ്പെട്ട സവിശേഷ പരിപാടിയായി.

പ്രസിദ്ധീകരണങ്ങൾ

തൃശ്ശൂർ കൺവെൻഷന്റെ തീരുമാനമനുസരിച്ച് 1992 മുതൽ 1994 വരെ *തത്തമ്മ* എന്ന കുട്ടികളുടെ മാസിക ബാലസംഘം പ്രസിദ്ധീകരിക്കുകയുണ്ടായി. തുടർന്ന് അതിന്റെ പ്രസിദ്ധീകരണം *ദേശാഭിമാനി* ഏറ്റെടുക്കുകയാണുണ്ടായത്.

നമ്മുടെ ഭാഷയുടെയും നാടിന്റെ തന്നെയും ജീനിയസിനെ പ്രതിഫലിപ്പിക്കുന്ന നാടൻപാട്ടുകളുടെ ഒരു സമാഹാരം 2000 മാർച്ചിൽ ബാലസംഘത്തിന്റെ ആഭിമുഖ്യത്തിൽ രൂപീകരിക്കപ്പെട്ട ചിൽഡ്രൻസ് പബ്ലിക്കേഷൻ ട്രസ്റ്റ് പ്രസിദ്ധീകരിക്കുണ്ടായി.

തെരെഞ്ഞെടുത്ത വേനൽത്തുമ്പി നാടകങ്ങളുടെ രണ്ടു വാല്യങ്ങൾ സംസ്ഥാന ബാലസാഹിത്യ ഇൻസ്റ്റിറ്റ്യൂട്ട് പ്രസിദ്ധീകരിച്ചു. *കുട്ടികളുടെ സംഘക്കളികൾ* എന്ന പേരിൽ സവിശേഷത പുലർത്തുന്ന ഒരു സമാഹാരം ചിന്ത പബ്ലിഷേഴ്സും പുറത്തിറക്കുകയുണ്ടായി.

2008 ഫെബ്രുവരിയിൽ സംഘടനയുടെ കാഴ്ചപ്പാടും പ്രസക്തിയും വിവരിക്കുന്ന *കുട്ടി–നേരും നിനവും* എന്ന പുസ്തകവും അതേ വർഷം ജൂലായിൽ പ്രവർത്തകർക്കുള്ള പരിശീലനക്കളരികൾക്കുവേണ്ടി *ദിശ* എന്ന പുസ്തകവും 2010–ൽ ശാസ്ത്രമാസം, ചരിത്രമാസം എന്നിവയ്ക്കുവേണ്ടി *ചലനം ചലനം സർവ്വത്ര, നമുക്കു ചുറ്റുമുള്ള ലോകം* എന്നീ കൈപ്പുസ്തകങ്ങളും സംഘടന നേരിട്ട് പുറത്തിറക്കുകയുണ്ടായി. വിവിധ പഠനക്യാമ്പുകൾക്കുവേണ്ടി വേറെയും പുസ്തകങ്ങൾ പ്രസിദ്ധീകരിക്കപ്പെട്ടു. ബാലസംഘത്തിന്റെ വാർത്താ പത്രികയായി 2010–ൽ ആരംഭിച്ച *സ്പാർക്കി*ന്റെ ഒരു ലക്കം മാത്രമേ പ്രസിദ്ധീകരിക്കാൻ കഴിഞ്ഞുള്ളൂ.

ആർതെക്കിൽ കുട്ടികളുടെ സാർവദേശീയ സംഗമം

1988–ൽ ബാലസംഘത്തെ പ്രതിനിധീകരിച്ച് പി ഷാജി, പി ബാലകൃഷ്ണൻ, പി എം പ്രശാന്ത്‌രാജ് എന്നീ മൂന്നു കൂട്ടുകാരും അന്ന് സംസ്ഥാന രക്ഷാധികാരി ഏകോപന സമിതി ജനറൽ സെക്രട്ടറി ആയിരുന്ന ടി നാരായണനും അന്നത്തെ സോവിയറ്റ് യൂണിയനിലെ ആർതെക് ക്യാമ്പിൽ 64 വിവിധ ലോകരാജ്യങ്ങളിലെയും ആതിഥേയരാജ്യത്തിലെയും നാലായിരത്തോളം കുട്ടികൾക്കും അവർക്കു തുണയായെത്തിയ മുതിർന്നവർക്കുമൊപ്പം ഒരുമാസം ചെലവഴിക്കുകയുണ്ടായി.

കരിങ്കടലിനോട് ചേർന്നുനിൽക്കുന്ന പ്രാവിൻനിറമുള്ള ‘മെദ് വിദ്’ മലനിരകളുടെ പ്രാന്തപ്രദേശത്ത് സോവിയറ്റ് യൂണിയനിലെ കുട്ടി

കൾക്കുവേണ്ടിയുള്ള വിശ്രമകേന്ദ്രമെന്ന നിലയ്ക്ക് 1925 ലാണ് മഹാനായ ലെനിന്റെ പേരിൽ 'ആർതെക്ക്' ക്യാമ്പ് ആരംഭിച്ചത്. ആർതെക് എന്ന വാക്കിന് പ്രാവ് എന്നാണ് അർഥം. വർഷം തോറും 25,000 സോവിയറ്റ് കുട്ടികൾ സന്ദർശിച്ചുപോന്ന 'ആർതെക്ക്' പിന്നീട് കുട്ടികളുടെ അന്താരാഷ്ട്ര സംഗമവേദിയായി മാറി.

1988 ജൂലായ് 20 മുതൽ ആഗസ്റ്റ് 14 വരെ ആർതെക്കിലെ കുട്ടികളുടെ അന്താരാഷ്ട്ര സംഗമകേന്ദ്രത്തിൽ അന്യരാജ്യങ്ങളിൽ നിന്നുവന്ന കുട്ടികൾക്കൊപ്പം ഭാഷയുടെ അതിർവരമ്പുകൾ ഭേദിച്ച് നമ്മുടെ കുട്ടികളും കടൽ നീന്തിയും രാവേറെ ചെല്ലുംവരെ കളികളിലും വ്യായാമങ്ങളിലും കലാപരിപാടികളിലും ഏർപ്പെട്ടും ഉല്ലസിച്ചു. അവിടെ ഉയർത്തപ്പെട്ട 'ആർതെക്, മീർ, ദ്രൂഷ്ബ' (ആർതെക്, സമാധാനം, മൈത്രി) എന്ന മുദ്രാവാക്യവും, ക്യാമ്പ് നൽകിയ മാനവമൈത്രിയുടെയും സാഹോദര്യത്തിന്റെയും ലോകസമാധാനത്തിന്റെയും സന്ദേശവും ക്യാമ്പിൽനിന്നു പോന്ന് വർഷമേറെ കഴിഞ്ഞിട്ടും അതിൽ പങ്കെടുത്തവരുടെ മനസിൽ ജ്വലിച്ചു നിൽക്കുന്നു; ഒപ്പം ക്രെംലിനിൽ ലെനിൻ അന്ത്യവിശ്രമം കൊള്ളുന്ന 'മുസോളിയം' സന്ദർശിച്ചതിന്റെ ആവേശകരമായ സ്മരണകളും.

ചരൽക്കുന്ന് സമ്മേളനം: ബാലസംഘം ചരിത്രത്തിലെ വഴിത്തിരിവ്

കാലത്തിന്റെ ആവശ്യങ്ങൾക്കനുസരിച്ചുള്ള പരിപാടികൾ ആവിഷ്കരിക്കാനുള്ള ശ്രമങ്ങൾ 2002 –ലെ തൃശ്ശൂർ സമ്മേളനത്തിനുശേഷമുള്ള കാലയളവിൽ വലിയൊരളവുവരെ വിജയം കണ്ടെങ്കിലും യൂണിറ്റുകളെ പ്രവർത്തനക്ഷമങ്ങളാക്കുന്നതിൽ ഉള്ളതായി സമ്മേളനം ചൂണ്ടിക്കാട്ടിയ ദൗർബല്യങ്ങൾ തുടരുകയാണുണ്ടായത്.

യൂണിറ്റുകളുടെ എണ്ണമെടുത്താലും അംഗസംഖ്യയുടെ കാര്യത്തിലായാലും സംസ്ഥാനം മൊത്തത്തിലെടുത്താൽ ഗണ്യമായ വളർച്ചയാണ് 2006 വരെയുള്ള വർഷങ്ങളിൽ ഉണ്ടായത്. 2006 അവസാനം 11,086 യൂണിറ്റുകൾ രജിസ്റ്റർ ചെയ്യപ്പെട്ടു. 3.69,807 അംഗങ്ങളാണ് സംഘടനയിൽ അംഗങ്ങളായത്. 25,310 രക്ഷാധികാരികളും ഉണ്ടായിരുന്നു. 971 മേഖലകമ്മിറ്റികൾ രൂപീകരിക്കപ്പെട്ടിരുന്നു.

എങ്കിലും യൂണിറ്റ് പ്രവർത്തനപദ്ധതിയും പ്രവർത്തനമോഡ്യൂളുകളും പാഠക്കുറിപ്പുകളും തയാറായി വർഷങ്ങൾ കഴിഞ്ഞിട്ടും പതിനോരായിരത്തിലേറെ യൂണിറ്റുകളുടെ ചുമതലക്കാരായ ഇരുപത്തയ്യായിരത്തോളം രക്ഷാധികാരികളിലേക്ക് അവ എത്തിക്കാൻ കഴിഞ്ഞിട്ടില്ലെന്നും ഇതു മൂലം ബാലസംഘം യൂണിറ്റുകൾ ഉപരിവിപ്ലവങ്ങളായ പ്രവർത്തനങ്ങൾ മാത്രമാണു നടത്തുന്നതെന്നും അവ കുട്ടികളെ ആകർഷിക്കാൻ അപര്യാപ്തമാവുന്നെന്നും ചരൽക്കുന്നു സമ്മേളനം വിലയിരുത്തി. കുട്ടി

കളുടെ രംഗത്തു പ്രവർത്തിക്കാൻ പറ്റിയ രക്ഷാധികാരികളെ കണ്ടെ ത്താൻ കഴിയുന്നില്ലെന്നും, പ്രവർത്തനമികവുകാട്ടുന്ന രക്ഷാധികാരി കേഡർമാരെ കൂടുതൽ പ്രധാനപ്പെട്ടതെന്നു ബന്ധപ്പെട്ടവർ കരുതുന്ന മറ്റു മേഖലകളിലേക്കു മാറ്റുന്നതുമൂലം ബാലസംഘം പ്രവർത്തനങ്ങ ളിൽ തുടർച്ച അസാധ്യമാവുന്നെന്നും, ബാലസംഘം പ്രവർത്തകരുടെ ചുമലിൽ മറ്റുഭാരങ്ങളും കയറ്റിവയ്ക്കുന്നതിന്റെ ഫലമായി അവർ ബാല സംഘം പ്രവർത്തനത്തിൽ ഉദാസീനരാകുന്നെന്നും സമ്മേളനം കണ്ടു. അതുപോലെ തന്നെ, ബാലസംഘം കേഡർമാരുടെ പ്രവർത്തനം പരി ശോധിക്കുന്നതിന് ഒരു സംവിധാനവും നിലവിലില്ലെന്നും സമ്മേളനം ചൂണ്ടിക്കാട്ടി. പ്രത്യക്ഷത്തിൽ ഒരു രാഷ്ട്രീയ പ്രവർത്തനമല്ലെന്നു തോന്നാമെങ്കിലും പുത്തൻ തലമുറകളുടെ രാഷ്ട്രീയബോധം രൂപപ്പെ ടുത്തുന്ന പരോക്ഷമായ രാഷ്ട്രീയപ്രവർത്തനമാണു ബാലസംഘം നട ത്തുന്നതെന്ന ധാരണ രക്ഷാധികാരികളിൽ ഒരു നല്ലശതമാനത്തിന് വേണ്ടത്ര ഇല്ലെന്നു സമ്മേളനം വിലയിരുത്തി.

സംഘടനാരൂപത്തിൽ അവശ്യം വേണ്ട മാറ്റങ്ങൾ വരുത്തിയും അടി സ്ഥാനതല പ്രവർത്തനങ്ങൾക്ക് തക്കതായ പരിശീലനം നൽകിയും മാത്രമേ മേൽസൂചിപ്പിച്ച പോരായ്മകൾ പരിഹരിക്കാൻ കഴിയൂ എന്ന നിഗമനത്തിലാണ് ഈ വിലയിരുത്തലുകളുടെ പശ്ചാത്തലത്തിൽ ചരൽക്കുന്നുസമ്മേളനം എത്തിച്ചേർന്നത്.

പുതിയ സംഘടനാരൂപം കെട്ടിപ്പടുക്കുന്നു.

വിശദമായ ചർച്ചകൾക്കുശേഷം കുട്ടികളുടെ സംഘടനയും രക്ഷാ ധികാരിസംഘടനയും രണ്ടായി നിൽക്കുന്ന ദ്വന്ദ്വസ്വഭാവം ഉപേക്ഷി ക്കാനും അടിസ്ഥാനപരമായി കുട്ടികളുടെ സംഘടനയാണു ബാല സംഘം എന്ന കാഴ്ചപ്പാട് ഉയർത്തിപ്പിടിച്ചുകൊണ്ട് കുട്ടികളെയും അവ രുടെ സഹായികളെന്ന നിലയിൽ മുതിർന്നവരെയും ഉൾപ്പെടുത്തി ക്കൊണ്ടുള്ള ഒരു സംഘടനാരൂപം യൂണിറ്റുതലം മുതൽ സംസ്ഥാനതലം വരെ കെട്ടിപ്പടുക്കുന്നതിനും സമ്മേളനം തീരുമാനിച്ചു.

ചരൽക്കുന്നു സമ്മേളനം കഴിഞ്ഞുള്ള മൂന്നുവർഷക്കാലം ഈ മാറ്റം നടപ്പിലാക്കാനുള്ള തീവ്രശ്രമത്തിലായിരുന്നു സംഘടന. പെട്ടെന്നു വന്ന മാറ്റം പലർക്കും ആശങ്കയുളവാക്കി. രക്ഷാധികാരിമാർക്കിടയിൽ ചില സ്ഥലങ്ങളിൽ അലോസരമുണ്ടായെങ്കിലും ക്രമേണ പുതിയ സംഘടനാ രൂപവുമായി അവർ പൊരുത്തപ്പെട്ടു. കുട്ടികളോടൊപ്പം പ്രവർത്തിക്കാൻ അവർ മിക്കസ്ഥലത്തും മുന്നോട്ടുവന്നു.

പുതിയ സംഘടനാരൂപത്തോടെ കോട്ടയം സമ്മേളനം

പുതിയ സംഘടനാരൂപം പടുത്തുയർത്തുന്ന പ്രക്രിയ സാക്ഷാൽ ക്കരിച്ചു കഴിഞ്ഞതിനു ശേഷമാണ് 2009 നവംബർ 28, 29 തീയതിക

ളിൽ കോട്ടയത്തുവച്ച് ബാലസംഘത്തിന്റെ ഒന്നാം സംസ്ഥാനസമ്മേളനം നടത്തുന്നത്. കുട്ടികളുടെ മേൽക്കയ്യോടെയുള്ള സംസ്ഥാന കമ്മിറ്റി നില വിൽവന്നശേഷം നടന്ന ആദ്യത്തെ സംസ്ഥാന സമ്മേളനമായതു കൊണ്ടാണ് ഈ സമ്മേളനത്തെ ബാലസംഘത്തിന്റെ ഒന്നാം സമ്മേ ളനമെന്നു വിശേഷിപ്പിച്ചത്.

കേരളത്തിൽ കുട്ടികളുടെ സംഘടന കെട്ടിപ്പടുക്കുന്നതിനു മുൻകയ്യെടുത്തു പ്രവർത്തിച്ച സഖാവ് കൃഷ്ണപിള്ളയുടെ ജന്മസ്ഥല മായ വൈക്കം ഉൾപ്പെടുന്ന കോട്ടയം ജില്ലയുടെ ആസ്ഥാനത്തു വച്ചു ചേർന്ന സമ്മേളനമെന്ന പ്രത്യേകത ഈ സമ്മേളനത്തിനുണ്ടായിരുന്നു. ആദ്യമായി പടിഞ്ഞാറൻ ബംഗാളിലെ 'കിഷോർ ബാഹിനി', ത്രിപുര യിലെ 'കിഷോർ മഹൽ' എന്നീ ബാലസംഘടനകളുടെ പ്രതിനിധികൾ സൗഹാർദ പ്രതിനിധികളായി പങ്കെടുത്ത സമ്മേളനമായിരുന്നു കോട്ട യത്തെ സമ്മേളനം.

പുതിയ സംഘടനാരൂപത്തിന് അനുരൂപമായ ഭരണഘടന അംഗീ കരിച്ചതാണ് കോട്ടയം സമ്മേളനത്തിന്റെ മുഖ്യ സംഭാവന. 2010 മുതൽ ഈ ഭരണഘടന അനുസരിച്ചാണ് വിവിധ തലങ്ങളിലെ സമ്മേളനങ്ങൾ നടക്കുന്നതും കമ്മറ്റികൾ രൂപീകരിക്കുന്നതും.

പിലിക്കോട് സമ്മേളനം: സംഘടന വളർച്ചയിലേക്ക്

കോട്ടയം സമ്മേളനമായപ്പോഴേക്കും 16,627 യൂണിറ്റുകളും 5,82,261 അംഗങ്ങളുമായി സംഘടന വളർന്നു. 2010–ൽ 16,224 യൂണിറ്റുകളും 5,05,447 അംഗങ്ങളും ഉള്ളതായാണ് 2011 സെപ്തംബർ 17,18 തീയതിക ളിൽ കാസർഗോഡ് ജില്ലയിലെ പിലിക്കോട്ടു ചേർന്ന രണ്ടാം സംസ്ഥാന സമ്മേളനത്തിൽ റിപ്പോർട്ട് ചെയ്യപ്പെട്ടത്. 2011–ൽ യൂണിറ്റുകളുടെ എണ്ണം 19,541 ആയി; അംഗങ്ങളുടെ എണ്ണം 5,70,681.

തിരുവനന്തപുരത്ത് എ പി വർക്കി സ്മാരകത്തിൽ പ്രവർത്തിക്കുന്ന സംഘടനാ ആസ്ഥാനം ഉണ്ടായതും അവിടെ വച്ച് മാസത്തിൽ മൂന്നോ നാലോ തവണ യോഗംചേരുന്ന സംസ്ഥാനസെന്റർ പ്രവർത്തിക്കാനാ രംഭിച്ചതും ഈ കാലയളവിലാണ്.

ബാലസംഘം പ്രവർത്തകർക്ക് അവശ്യം വേണ്ട ആശയവ്യക്തത വളർത്തുന്ന രണ്ടു സംസ്ഥാന ക്യാമ്പുകളും ഈ കാലയളവിൽ സംഘ ടിപ്പിക്കപ്പെടുകയുണ്ടായി.

ബാലസംഘടനകളുടെ അഖിലേന്ത്യായോഗം

കേരളം, പടിഞ്ഞാറൻ ബംഗാൾ, ത്രിപുര എന്നീ സംസ്ഥാനങ്ങളിലെ പോലെ രാജ്യത്തെ മറ്റു സംസ്ഥാനങ്ങളിലും കുട്ടികളുടെ സംഘടന രൂപീകരിക്കുന്നതിനെപ്പറ്റി ആലോചിക്കുന്നതിനായി 2010 ജൂൺ 25ന് ഡൽഹിയിൽ വിളിച്ചുകൂട്ടിയ യോഗത്തിൽ അന്നത്തെ ബാലസംഘം

സംസ്ഥാന സെക്രട്ടറി ഷിജുഖാൻ, കൺവീനർ ടി കെ നാരായണദാസ്, ജോ. കൺവീനർ എം പ്രകാശൻ മാസ്റ്റർ എന്നിവർ കേരളത്തെ പ്രതിനിധീകരിച്ച് പങ്കെടുത്തു. കോട്ടയം സമ്മേളനത്തിനുശേഷം നടന്ന ഈ സംരംഭം 1938 മുതൽക്ക് കേരളത്തിലെ കുട്ടികളുടെ തലമുറകൾ പുലർത്തിപ്പോന്നിട്ടുള്ള 'ദേശീയതലത്തിൽ ബാലസംഘടന' എന്ന സ്വപ്നം സാക്ഷാൽക്കരിക്കപ്പെടുമെന്ന പ്രത്യാശയ്ക്കു വകനൽകുന്നു.

ബാലസംഘത്തിന്റെ പ്രസക്തി വർദ്ധിക്കുന്നു

പിലിക്കോട് സമ്മേളനം വിലയിരുത്തിയതുപോലെ ചെറുത്തുനിൽപ്പില്ലാത്ത സമൂഹമാണ് ഇന്നത്തെ ആഗോള കമ്പോളവ്യവസ്ഥയ്ക്ക് ആവശ്യം. അതിനനുസൃതമായി അരാഷ്ട്രീയവൽക്കരണത്തിന്റെയും ഉപഭോഗസംസ്കാരത്തിന്റെയും ആശയങ്ങളാണ് വൻതോതിൽ കുട്ടികൾക്കിടയിലും പ്രചരിപ്പിക്കപ്പെടുന്നത്. പത്രങ്ങളുടെ മുൻകൈയിലും മറ്റും പ്രവർത്തിക്കുന്ന ബാലസംഘടനകൾ ഒഴുക്കിനനുസരിച്ച് നീന്താനും ആ പ്രക്രിയക്കു തടസമേതും വരുത്താതെ വളരാനുമാണ് കുട്ടികളെ പ്രേരിപ്പിക്കുന്നത്.

ഇന്റർനെറ്റും മൊബൈലും കുട്ടികളുടെ മുമ്പിൽ അറിവാർജിക്കാനുള്ള അനന്തസാധ്യതകൾ തുറന്നിടുന്നുണ്ടെങ്കിലും കുട്ടികളിൽ അരാജകത്വവാസനകൾ വളർത്തുന്നതിലേക്കുകൂടി അവ നയിക്കുന്നു.

ശിശുമനശ്ശാസ്ത്രത്തിന്റെ ആധുനിക സങ്കൽപ്പങ്ങൾക്ക് അനുസൃതമായി രൂപപ്പെടുത്തിയിട്ടുള്ള പുതിയ വിദ്യാഭ്യാസപദ്ധതി പ്രയോഗവൽക്കരിക്കുന്നതിൽ വിദ്യാഭ്യാസക്കച്ചവടക്കാരുടെയും അവർക്കു പിന്തുണ നൽകുന്ന മാധ്യമങ്ങളുടെയും കടന്നാക്രമണങ്ങളും മതസമുദായ ശക്തികളുടെ ഇടപെടലുകളും തടസം സൃഷ്ടിക്കുന്നു. പൊതുവിദ്യാഭ്യാസപദ്ധതിയെ തകർക്കുന്ന അരാഷ്ട്രീയ ഇടപെടലുകൾ വീണ്ടും സജീവമായിരിക്കുന്നു.

രക്ഷിതാക്കളിൽത്തന്നെയും നല്ലൊരു പങ്ക് ആഗോളവൽക്കരണത്തിന്റെ പുതുമോടികളിൽ മയങ്ങി തങ്ങളുടെ കുട്ടികളെ വ്യക്തിഗതമായ മികവിന്റെ ഉടമകളാക്കി മത്സരങ്ങളിൽ വിജയിപ്പിക്കുന്നതിനുമാത്രം ശ്രദ്ധിക്കുന്നവരായി മാറിയിരിക്കുന്നു. പൊതുവിദ്യാലയങ്ങൾക്കു പകരം സ്വാശ്രയവിദ്യാലയങ്ങളെ അവരിൽ പാവപ്പെട്ടവർപോലും സ്വാഗതം ചെയ്യുന്നു. അവർ ഫലത്തിൽ തങ്ങളുടെ കുട്ടികൾക്ക് കുട്ടിത്തം തന്നെയും അന്യമാക്കിയിരിക്കുന്നു.

ഈ സാഹചര്യത്തിൽ ഔപചാരിക വിദ്യാഭ്യാസത്തിനു സമാന്തരമായുള്ള ബദൽ വിദ്യാഭ്യാസ–സാംസ്കാരികപ്രസ്ഥാനത്തിന് കുട്ടികളുടെ ഇടയിലുള്ള പ്രസക്തി കുറയുകയല്ല, കൂടുകയാണ് ചെയ്തിരിക്കുന്നത്. ചുറ്റുമുള്ള ജീവിതത്തെ പുതുക്കിപ്പണിയാനുള്ള കാഴ്ചപ്പാടും വിരുതുമുള്ളവരായി കുട്ടികൾ വളർന്നുവരേണ്ടതുണ്ട്.

ഏഴരപതിറ്റാണ്ടു മുമ്പ് പുരോഗമന–മതേതര–ദേശീയ കാഴ്ചപ്പാടോടെ രൂപംകൊണ്ട ദേശീയബാലസംഘത്തിന്റെ നേരവകാശിയെന്ന നിലയിൽ തലമുറകളിലൂടെ കേരളത്തിലെ കുട്ടികളുടെ സാമൂഹ്യ പ്രതിബദ്ധത വർധിപ്പിക്കാനും സമൂഹത്തിലെ സമകാലീനസമസ്യകളോടു പുരോഗമനപരമായി പ്രതികരിച്ച് പിന്തിരിപ്പൻ ശക്തികളോടുള്ള പോരാട്ടത്തിൽ സ്വന്തം നിലയ്ക്കും തനതായ രീതിയിലും കുട്ടികളെ പങ്കാളികളാക്കാനും മതേതരത്വം, സാമൂഹികനീതി, അവസര സമത്വം എന്നിവയ്ക്കുവേണ്ടി നിലകൊള്ളാനുമാണ് ബാലസംഘം ഇന്നോളം ശ്രമിച്ചിട്ടുള്ളത്. സംഘടനാപരമായ പോരായ്മകൾ പരിഹരിച്ച് ഈ കാഴ്ചപ്പാടോടെ നിരന്തരം പ്രവർത്തിക്കുന്ന കുട്ടികളുടെ സാംസ്കാരിക കേന്ദ്രങ്ങളായി യൂണിറ്റുകളെ മാറ്റാനുള്ള ശ്രമം തുടരാൻ കാലഘട്ടം ബാലസംഘത്തോട് ആവശ്യപ്പെടുന്നു. അങ്ങനെ മാത്രമേ, ചരിത്രനിർമിതിയിൽ കുട്ടികളുടെ ഇടംകണ്ടെത്തിയ പ്രസ്ഥാനമെന്ന നിലയിൽ ബാലസംഘത്തിന് അതിന്റെ മുന്നോട്ടുള്ള യാത്ര തുടരാനാവൂ.

കുട്ടികളുടെ അവകാശങ്ങൾ

മനുഷ്യാവകാശങ്ങൾ സംബന്ധിച്ച ചർച്ചകൾ സാർവത്രികമായി നടക്കുന്നുണ്ടെങ്കിലും മനുഷ്യാവകാശത്തിന്റെ അഭേദ്യഭാഗമായ കുട്ടികളുടെ അവകാശങ്ങൾ സംബന്ധിച്ച അവബോധം അത്രമാത്രം സാർവത്രികമായിട്ടില്ല. കഴിഞ്ഞ നൂറ്റാണ്ടിന്റെ ഒടുവിലത്തെ ദശകങ്ങളിലാണ് കുട്ടികളുടെ അവകാശങ്ങൾ മുഖ്യപരിഗണനാവിഷയമായി ലോകമെമ്പാടും ഉയർന്നുവന്നത്. എന്നാൽ ശിശുക്കളുടെ അവകാശങ്ങൾ സംബന്ധിച്ച ധാരണയ്ക്ക് ക്ലിപ്തവും സുവ്യക്തവുമായ രൂപം എല്ലായിടത്തും ഉയർന്നുവന്നുകഴിഞ്ഞിട്ടില്ല.

തികച്ചും ഉപരിപ്ലവവും മോഹിപ്പിക്കുന്നതുമായ ചില മുദ്രാവാക്യങ്ങൾക്കപ്പുറം നിർബന്ധിതവും അനിവാര്യവുമായ ഒരു ഉത്തരവാദിത്വമായി കുട്ടികളുടെ അവകാശങ്ങളെ സമൂഹം പരിഗണിച്ചുതുടങ്ങിയിട്ടില്ല. കുട്ടികൾക്കിണങ്ങിയ ലോകത്തെക്കുറിച്ചും, നല്ലതെല്ലാം കുട്ടികൾക്ക് വേണ്ടി മാറ്റിവെക്കുന്നതിനെക്കുറിച്ചും, ഭാവി കുഞ്ഞുങ്ങളുടേതാണെന്നതിനെക്കുറിച്ചുമുള്ള മോഹനപ്രഖ്യാപനങ്ങൾക്കപ്പുറം കുട്ടികളുടെ അവകാശങ്ങൾ ഉറപ്പുവരുത്തുന്നതിനുള്ള പരിശ്രമങ്ങൾ ഇപ്പോഴും തീരെ ദുർബലമാണ്.

മഹാനായ നമ്മുടെ ദേശീയ കവി രവീന്ദ്രനാഥടാഗോർ *ഗീതാഞ്ജലി*യിൽ സ്വപ്നം കണ്ടതുപോലെ നമ്മുടെ കുഞ്ഞുങ്ങൾ സ്വാതന്ത്ര്യത്തിന്റെ സ്വർഗത്തിൽ പുലരാനിടയാവണമെങ്കിൽ ഇനിയുമെത്രയോ കാലം ലോകം താണ്ടേണ്ടിയിരിക്കുന്നു.

കുട്ടികളുടെ അവകാശങ്ങൾകൊണ്ട് അർഥമാക്കുന്നതെന്ത്?

എല്ലാ കാലത്തേക്കുമായി നിർണയിച്ചുവെക്കാവുന്ന നിർവചനമല്ല മനുഷ്യാവകാശങ്ങൾ സംബന്ധിച്ച അടിസ്ഥാനപ്രമാണങ്ങൾക്കുള്ളത്. മാനവരാശിയുടെ വികാസങ്ങൾക്കൊപ്പം വളരുന്ന അനന്തവിശാലമായ ഉള്ളടക്കമാണ് മനുഷ്യാവകാശങ്ങൾക്കുള്ളത് എന്നതുകൊണ്ടുതന്നെ കുട്ടികളുടെ അവകാശങ്ങൾ സംബന്ധിച്ചുള്ള ധാരണകളും സ്ഥിരവും സ്ഥായിയുമായി നിർണയിച്ചുവെക്കാനാവില്ല. കഴിഞ്ഞ ഒരുനൂറ്റാണ്ടിനുള്ളിൽത്തന്നെ കുട്ടികളുടെ അവകാശങ്ങളുമായി ബന്ധപ്പെട്ട പരികൽപ്പനകളിൽ നിരവധി മാറ്റങ്ങളും കൂട്ടിച്ചേർക്കലുകളും ഉൾച്ചേർക്കപ്പെട്ടിട്ടുണ്ട്.

കുട്ടികളുടെ അവകാശങ്ങൾ നിർവചിക്കുന്നതിലും നിർണയിക്കുന്നതിലും ഫലപ്രദമായ പങ്ക് നിർവഹിച്ച സാർവദേശീയ സമ്മേളനങ്ങളും പ്രസ്ഥാനങ്ങളും അനവധിയാണ്. ലീഗ് ഓഫ് നേഷൻസ്, International Labour Organization, South Asian Association for Regional Co-operation (ASSRC), നിരവധി അന്താരാഷ്ട്ര സമ്മേളനങ്ങൾ എന്നിവയെല്ലാം ഈ രംഗത്ത് ക്രിയാത്മകമായ നിരവധി സംഭാവനകൾ നൽകിയിട്ടുണ്ടെങ്കിലും ഐക്യരാഷ്ട്രസഭയാണ് കുട്ടികളുടെ അവകാശങ്ങൾ സംബന്ധിച്ച സാർവദേശീയ പ്രമാണങ്ങൾ രൂപീകരിക്കുന്നതിൽ അദ്വിതീയമായ പങ്കു വഹിച്ചത്. 1989-ൽ UN അംഗീകരിച്ച കുട്ടികളുടെ അവകാശപ്രമാണവും UN (Convention on the Rights of the Child CRC) 1999 World Submit for Children അംഗീകരിച്ച World Declaration on the Survival, Protection and Development of Children എന്ന രേഖയും 2002 മെയ് 8 മുതൽ10 വരെ UN ജനറൽ അസംബ്ലിയുടെ പ്രത്യേക സമ്മേളനം അംഗീകരിച്ച World Fit for Children എന്ന പ്രഖ്യാപനവും കുട്ടികളുടെ അവകാശപ്രഖ്യാപനങ്ങളിലെ രജതരേഖകളാണ്.

1989 നവംബർ 20 ന് UN ജനറൽ അസംബ്ലി അംഗീകരിച്ച കുട്ടികളുടെ അവകാശ ഉടമ്പടിയിൽ 3 ഭാഗങ്ങളിലായി 54 വകുപ്പുകൾ ഉൾച്ചേർന്നിരിക്കുന്ന കുട്ടികളുടെ അവകാശങ്ങളെ ഈ രേഖയിൽ നാല് മേഖലകളായി തിരിക്കുന്നു.

പോഷകാഹാരലഭ്യത, ആരോഗ്യരക്ഷ, മതിയായ ജീവിതനിലവാരം എന്നിവ ഉറപ്പുവരുത്തിക്കൊണ്ട് കുട്ടികളുടെ അതിജീവനത്തിനുള്ള അവകാശം ഈ രേഖ പ്രഖ്യാപിക്കുന്നു. ചൂഷണം, ദൂഷണം, മനുഷ്യത്വ രഹിതവും ഹീനവുമായ പെരുമാറ്റം, അപമാനകരമായ കാര്യങ്ങൾ എന്നിവയിൽനിന്ന് സംരക്ഷണം ഉറപ്പാക്കിക്കൊണ്ട് കുട്ടികളുടെ സംരക്ഷണത്തിനുള്ള അവകാശം രേഖയിൽ ഊന്നിപ്പറയുന്നു. വിദ്യാഭ്യാസം, പരിപാലനവും വികാസവും, സാമൂഹ്യസുരക്ഷ, വിനോദം, വിശ്രമം, സാംസ്കാരിക പ്രവർത്തനം എന്നിവയിലുള്ള സംവിധാനം ഉറപ്പുവരുത്തിക്കൊണ്ട് വ്യക്തിവികാസത്തിനുള്ള അവകാശം രേഖ ഉറപ്പുനൽകുന്നു. ഇതിന്റെ

ഭാഗമായി എല്ലാ കുട്ടികൾക്കും നിർബന്ധിതവും സൗജന്യവുമായ പ്രാഥമിക വിദ്യാഭ്യാസം ഈ ഉടമ്പടിയിലെ 28-ാം വകുപ്പിലൂടെ രേഖ പ്രഖ്യാപിക്കുന്നു. ആവിഷ്കാര സ്വാതന്ത്ര്യം, അഭിപ്രായ സ്വാതന്ത്ര്യം, വീക്ഷണ സ്വാതന്ത്ര്യം, ചിന്തിക്കാനും ആചാരാനുഷ്ഠാനത്തിനുമുള്ള അവകാശം, സംഘടിക്കാനുള്ള അവകാശം എന്നിവയിലൂടെ സ്വാതന്ത്ര്യത്തിനുള്ള അവകാശം രേഖ ഉറപ്പുനൽകുന്നു. ഈ അവകാശങ്ങൾ നേടിയെടുക്കുന്നതിന് 10 വ്യവസ്ഥകളും രേഖ പ്രഖ്യാപിക്കുന്നു.

1. ജീവിക്കാനുള്ള അവകാശം
2. പേരിനും ദേശീയതയ്ക്കുമുള്ള അവകാശം
3. പൗരത്വത്തിനുള്ള അവകാശം
4. മാതാപിതാക്കൾക്കൊപ്പം ജീവിക്കാനും രക്ഷാകർത്തൃത്വത്തിനുമുള്ള അവകാശം
5. പോഷകാഹാരം, ആരോഗ്യരക്ഷ എന്നിവയ്ക്കുള്ള അവകാശം
6. ചിന്ത, ആശയപ്രകാശനം, ആചാരാനുഷ്ഠാനങ്ങൾ എന്നിവയ്ക്കുള്ള അവകാശം
7. സ്വകാര്യതയ്ക്കുള്ള അവകാശം
8. ആരോഗ്യം, വിദ്യാഭ്യാസം, സുരക്ഷിതത്വം എന്നിവയ്ക്കുള്ള അവകാശം
9. വിശ്രമം, വിനോദം, കലാ-സാംസ്കാരിക പ്രവർത്തനങ്ങളിലെ പങ്കാളിത്തം എന്നിവയ്ക്കുള്ള അവകാശം
10. കഠിനജോലി, നിർബന്ധിത ജോലി, മയക്കുമരുന്ന്, ലൈംഗികവേഴ്ച എന്നിവയിലൂടെയുള്ള ചൂഷണത്തിനെതിരെയുള്ള അവകാശം.

2002-ൽ ലോകരാഷ്ട്രത്തലവന്മാരോടൊപ്പം മുന്നൂറോളം കുട്ടികളും കൂടി പങ്കെടുത്തു നടത്തിയ UN ജനറൽ അസംബ്ലിയുടെ പ്രത്യേക സമ്മേളനം അംഗീകരിച്ച കുട്ടികളുടെ അവകാശപ്രഖ്യാപനം ചരിത്രത്തിലെ ഒരു പ്രധാന ഏടാണ്. ഈ സമ്മേളനം അംഗീകരിച്ച കുട്ടികൾക്കനുയോജ്യമായ ലോകം (World Fit for Children) എന്ന പ്രഖ്യാപനം കുട്ടികളുടെ അവകാശങ്ങളെ സംബന്ധിച്ച് താഴെപ്പറയുന്ന പ്രമാണങ്ങൾ മുന്നോട്ടു വെച്ചു.

1. എല്ലാ കാര്യങ്ങളിലും കുട്ടികൾക്ക് മുൻഗണന
2. ദാരിദ്ര്യം നിർമാർജനം ചെയ്യുക
3. കുട്ടികൾക്കായി പണം മുടക്കുക
4. എല്ലാ കുട്ടികൾക്കും പരിരക്ഷ
5. എല്ലാ കുട്ടികൾക്കും വിദ്യാഭ്യാസം (വിദ്യാഭ്യാസ രംഗത്തെ ലിംഗവിവേചനം അവസാനിപ്പിക്കുക)
6. ദ്രോഹങ്ങളിൽനിന്നും ചൂഷണങ്ങളിൽനിന്നും കുട്ടികളെ സംരക്ഷിക്കുക

7. യുദ്ധങ്ങളിൽനിന്ന് കുട്ടികളെ രക്ഷിക്കുക
8. HIV/AIDS നെ ചെറുക്കുക
9. കുട്ടികൾക്ക് പറയാനുള്ളത് ശ്രദ്ധിക്കുക, അവരുടെ പങ്കാളിത്തം ഉറപ്പുവരുത്തുക
10. ഭൂമിയെ കുട്ടികൾക്കുവേണ്ടി സംരക്ഷിക്കുക.

നല്ല ജീവിത സാഹചര്യവും വിദ്യാഭ്യാസവും ഭക്ഷണവും പാർപ്പിടവും വസ്ത്രവും രോഗശുശ്രൂഷയും അമ്മമാരുടെയും കുട്ടികളുടെയും പ്രത്യേക പരിചരണവും, കലാ–സാംസ്കാരിക വിനോദ പ്രവർത്തനവും പീഡനങ്ങളിൽനിന്നും വിവേചനങ്ങളിൽനിന്നുമുള്ള സംരക്ഷണവും മുഴുവൻ കുട്ടികൾക്കും പ്രദാനം ചെയ്യാനുള്ള വഴി മാത്രമല്ല ബാലാവകാശങ്ങൾ എന്ന് എല്ലാ പ്രമാണങ്ങളും ഊന്നിപ്പറയുന്നു.

വിവിധങ്ങളായ കൈവഴികൾ

കുട്ടികളുടെ അവകാശങ്ങൾ സംബന്ധിച്ച ചർച്ചകൾ നിരവധി ദശകങ്ങളായി നടന്നുകൊണ്ടിരിക്കുന്നവയാണ്. അവയ്ക്ക് പൂർണരൂപം നൽകുന്നതിനുള്ള പരിശ്രമങ്ങൾ ഗൗരവമാർന്നത് 20–ാം നൂറ്റാണ്ടിലാണ്. 1924–ലാണ് ലീഗ് ഓഫ് നേഷൻസിന്റെ കുട്ടികളുടെ അവകാശം സംബന്ധിച്ച് ജനീവ പ്രഖ്യാപനം (Geneva Declaration on the Rights of the Child) അംഗീകരിക്കപ്പെടുന്നത്. 1948–ൽ UN ജനറൽ അസംബ്ലിയിൽ മനുഷ്യാവകാശങ്ങൾ സംബന്ധിച്ച പ്രഖ്യാപനത്തിൽ (Univer-sal Declaration of Human Rights) കുട്ടികളുടെ അവകാശങ്ങൾക്ക് പ്രത്യേക പരിരക്ഷ ഉറപ്പുവരുത്തുകയുണ്ടായി. കുട്ടികളെ പ്രത്യേക പരിഗണനയും ശ്രദ്ധയും ആവശ്യമുള്ള വിഭാഗമാണെന്ന് ഈ രേഖ പ്രഖ്യാപിച്ചു.

1959–ൽ കുട്ടികളുടെ അവകാശം സംബന്ധിച്ച സമഗ്രമായ പ്രഖ്യാപനം (Declaration of the Rights of the Child) UN ജനറൽ അസംബ്ലി അംഗീകരിക്കുകയുണ്ടായി. വിദ്യാഭ്യാസം, ആരോഗ്യ സംരക്ഷണം, പ്രത്യേക പരിരക്ഷ എന്നിവയിൽ കുട്ടികൾക്കുള്ള സവിശേഷമായ അധികാരം ഈ രേഖയിലൂടെ പ്രഖ്യാപിക്കപ്പെട്ടു.

1966–ൽ ചേർന്ന International Convention on Civil and Political Rights Dw International Convention on Economic Social and Cultural Rights ഉം അംഗീകരിച്ച രേഖകളിലും കുട്ടികളുടെ അവകാശം സംബന്ധിച്ച പ്രത്യേക ഊന്നലുകൾ കാണാം. പ്രത്യേകിച്ചും വിദ്യാഭ്യാസത്തിനും ചൂഷണത്തിൽനിന്നുള്ള മോചനത്തിനുമുള്ള അവകാശം ഈ രേഖകളിൽ പ്രത്യേക പരാമർശനത്തിനു വിധേയമാവുകയുണ്ടായി.

ബാലാധ്വാനത്തിനെതിരെയുള്ള ശക്തമായ നിലപാടാണ് 1973 ൽ International Labour Organisation (ILO) ന്റെ ഭാഗത്തുനിന്നുണ്ടായത്. 18 വയസാണ് ജോലിക്കുള്ള ചുരുങ്ങിയ വയസെന്ന് പ്രഖ്യാപിച്ച

പ്രസ്തുത സമ്മേളനത്തെത്തുടർന്ന് 1999–ൽ എല്ലാ നിലവാരത്തിലുമുള്ള ബാലവേല നിരോധിക്കാനും ഇതിനെതിരെ നടപടിയെടുക്കാനുമുള്ള തീരുമാനം ILO അംഗീകരിക്കുകയുണ്ടായി.

1979–ൽ UN ജനറൽ അസംബ്ലി സ്ത്രീകൾക്കെതിരെയുള്ള എല്ലാ വിവേചനവും അവസാനിപ്പിക്കുന്നതും പ്രത്യേകിച്ച് സ്ത്രീകളുടെയും കുട്ടികളുടെയും മനുഷ്യാവകാശസംരക്ഷണം ഉറപ്പുവരുത്തുന്നതും സംബന്ധിച്ച രേഖ അംഗീകരിച്ചു. ഈ സമ്മേളനം 1979 കുട്ടികളുടെ വർഷമായി ആചരിക്കാനും ആഹ്വാനം നൽകുകയുണ്ടായി.

1956–ൽ ദക്ഷിണേഷ്യൻ രാഷ്ട്രങ്ങളുടെ സംഘടനയായ SAARC (South Asian Association for Regional Co-operation) കുട്ടികൾക്കുവേണ്ടി ഒരു പ്രത്യേക സമ്മേളനം വിളിച്ചുചേർത്തു. 1990 പെൺകുട്ടികളുടെ വർഷമായും 1991–2000 പെൺകുട്ടികളുടെ ദശകമായും ആചരിക്കാൻ ഈ സമ്മേളനം തീരുമാനിച്ചു. 1989 നവംബറിലാണ് UN ജനറൽ അസംബ്ലി Convention of the Right of the Child (കുട്ടികളുടെ അവകാശ ഉടമ്പടി) അംഗീകരിക്കുന്നത്.

2001 മാർച്ച് മുതൽ സെപ്റ്റംബർ വരെ Say Yes to Children എന്ന മുദ്രാവാക്യത്തോടെ UN ന്റെ മുൻകയ്യിൽ ഒരു ആഗോള പ്രസ്ഥാനം തന്നെ സംഘടിപ്പിക്കപ്പെട്ടു.

കുട്ടികളുടെ അവകാശങ്ങൾ ഇന്ത്യയിൽ

1989–ൽ UN ജനറൽ അസംബ്ലി അംഗീകരിച്ച കുട്ടികളുടെ അവകാശ ഉടമ്പടി 1992–ൽ തന്നെ ഔദ്യോഗികമായി അംഗീകരിച്ച രാജ്യമാണ് ഇന്ത്യ. എന്നാൽ ഇതിനും എത്രയോ മുമ്പുതന്നെ കുട്ടികളുടെ അവകാശങ്ങൾ സംബന്ധിച്ച പ്രമാണങ്ങളോട് നമ്മുടെ രാജ്യത്തിന്റെ പ്രതിബദ്ധത നിയമപരമായി നാം പ്രഖ്യാപിച്ചുവെന്നതിന്റെ ഉത്തമ ദൃഷ്ടാന്തമാണ് ശിശുക്കളുടെ അവകാശങ്ങൾ സംബന്ധിച്ച് അംഗീകരിച്ച ഭരണഘടനാ വ്യവസ്ഥകൾ.

ഇന്ത്യൻ ഭരണഘടനയുടെ ആർട്ടിക്കിൾ 14,15(3) 21 (എ), 23, 24,30,32,39,41,45,46,47,51,51 (എ) വകുപ്പുകളിലെല്ലാം കുട്ടികളുടെ അവകാശ സംരക്ഷണവുമായി ബന്ധപ്പെട്ട ഇന്ത്യയുടെ നിലപാടുകൾ തെളിഞ്ഞു കാണാവുന്നതാണ്. നമ്മുടെ ഭരണഘടനയുടെ ആർട്ടിക്കിൾ 21 എ 6 വയസിനും 14 വയസിനും ഇടയിലുള്ള കുട്ടികൾക്ക് സൗജന്യവും നിർബന്ധിതവുമായ വിദ്യാഭ്യാസം വിഭാവനം ചെയ്യുന്നതാണ്. 14 വയസ്സ് വരെയുള്ള കുട്ടികളെ അപകടകരമായ തൊഴിലുകളിൽ ഏർപ്പെടുത്തുന്നതിൽനിന്ന് പരിരക്ഷിക്കുന്നതാണ് ഭരണഘടനയുടെ ആർട്ടിക്കിൾ 24. അന്തസ്സോടും സ്വതന്ത്രമായും ആരോഗ്യകരമായും വികസിക്കുന്നതിനും തുല്യപരിഗണന ലഭിക്കുന്നതിനും ചൂഷണങ്ങ

ളിൽനിന്നും കുട്ടികൾക്ക് പരിരക്ഷ നൽകുന്നതിനുമുള്ള വ്യവസ്ഥകൾ ഇന്ത്യയിൽ ഭരണഘടനാപരമായി തന്നെ നിലനിൽക്കുന്നതാണ്.

ഈ ഭരണഘടനാവ്യവസ്ഥകൾ നടപ്പിലാക്കുന്നതിനും അന്താരാഷ്ട്ര പ്രമാണങ്ങളോട് നീതിപുലർത്തുന്നതിനുള്ള ശ്രമങ്ങൾ ഇന്ത്യയിൽ തീർത്തും ദുർബലമായിരുന്നു. 1974–ൽ അംഗീകരിക്കപ്പെട്ട കുട്ടികൾക്കുവേണ്ടിയുള്ള ദേശീയ നയം (National Policy for Children) 2000 ൽ അംഗീകരിക്കുകയും 2006–ൽ ഭേദഗതി ചെയ്യുകയും ചെയ്ത ബാലനീതി നിയമം Juvinile Justice (Care and Protection) Act 2005–ൽ അംഗീകരിച്ച ബാലാവകാശ സംരക്ഷണ കമ്മീഷൻ നിയമം എന്നിവയെല്ലാം കുട്ടികളുടെ അവകാശങ്ങളും താൽപ്പര്യങ്ങളും സംരക്ഷിക്കുന്നതിനും ഉദ്ദേശിക്കപ്പെട്ടവയായിരുന്നെങ്കിലും അവയൊന്നും മൗലികമായി കുട്ടികളുടെ അവകാശ സംരക്ഷണത്തിനു കാര്യക്ഷമമായ പങ്കുവഹിക്കാൻ പര്യാപ്തമായിരുന്നില്ല.

1974–ൽ അംഗീകരിച്ച ദേശീയനയത്തിൽ കുട്ടികളുടെ ജനനത്തിനു മുൻപും പിൻപും അവരുടെ ശാരീരികവും മാനസികവും സാമൂഹികവുമായ വളർച്ച ഉറപ്പുവരുത്തണമെന്ന് പ്രഖ്യാപിക്കുകയും, ഈ പ്രഖ്യാപനത്തെ അടിസ്ഥാനപ്പെടുത്തി കുട്ടികൾക്കുവേണ്ടിയുള്ള ഒരു ദേശീയ ബോർഡ് (Natonal Childrens Board) രൂപീകരിക്കാൻ നിർദേശിക്കുകയും ബോർഡ് രൂപീകരിക്കപ്പെടുകയും ചെയ്തുവെങ്കിലും രേഖയിലെ പ്രഖ്യാപനം ഏട്ടിലെ പശുവായി അവശേഷിക്കുകയാണ് ഉണ്ടായത്. ബാലനീതി നിയമത്തിൽ കുട്ടികളുടെ അവകാശനിഷേധത്തിനെതിരെ സ്വയം കേസെടുക്കാൻ അധികാരമുണ്ടെങ്കിലും ഈ അധികാരം കാര്യമായി എവിടെയും പ്രയോഗിക്കപ്പെട്ടില്ല. ബാലാവകാശ സംരക്ഷണകമ്മീഷൻ നിയമം 2006 മുതൽ നടപ്പിൽവരികയും ബാലാവകാശ സംരക്ഷണകമ്മീഷൻ 2007 ൽത്തന്നെ രൂപീകരിക്കപ്പെടുകയും ചെയ്തെങ്കിലും കുട്ടികളുടെ അവകാശസംരക്ഷണത്തിൽ നിയമത്തിന്റെ അപര്യാപ്തതകൾ കൊണ്ട് കൂടി കാര്യമായ നടപടികൾ നീക്കാൻ കമ്മീഷന് സാധ്യമായില്ല.

കുട്ടികളുടെ ക്ഷേമത്തിനുവേണ്ടി നിരവധി പദ്ധതികൾ കേന്ദ്ര–സംസ്ഥാന ഗവൺമെന്റുകളുടെ മുൻകയ്യിൽ രാജ്യത്തുടനീളം നടപ്പാക്കപ്പെടുന്നുണ്ടെങ്കിലും അവ ലക്ഷ്യത്തിന്റെ വക്കുപോലും സ്പർശിക്കുന്നില്ല. കുട്ടികളുടെ ക്ഷേമത്തിനുവേണ്ടി ഒരു പോഷകാഹാര ശിശുവികസന ബ്യൂറോ (Buero of Nutrition and Child Development) രൂപീകരിക്കുകയും, 6 വയസിനു താഴെയുള്ള കുട്ടികളുടെയും ഗർഭിണികളുടെയും മുലയൂട്ടുന്ന അമ്മമാരുടെയും ക്ഷേമത്തിനുവേണ്ടി 1975 മുതൽ സംയോജിത ശിശുവികസന പരിപാടി (Integrated Child Development Services programe - ICDS) രാജ്യത്തുടനീളം നടപ്പാക്കുകയും 1979 മുതൽ കുട്ടികൾക്കുവേണ്ടി പ്രവർത്തിക്കുന്ന സന്നദ്ധസംഘടനകളെ സഹായിക്കുന്ന

ഒരു ദേശീയനിധിക്ക് (National Childrens Fund) രൂപം നൽകുകയും ചെയ്തുവെങ്കിലും ഇപ്പോഴും ഇന്ത്യൻ കുട്ടികളുടെ ദയനീയാവസ്ഥ നോക്കൂ.

ഇന്ത്യൻ ശൈശവത്തിന്റെ ദൈന്യം

ഒട്ടനവധി നിയമങ്ങൾ നിലവിലുണ്ടെങ്കിലും നിരവധി പദ്ധതികൾ നടപ്പാക്കപ്പെട്ടുവെങ്കിലും ഇന്ത്യയിലെ കുട്ടികളുടെ നില ഇപ്പോഴും പരിതാപകരമാണെന്ന് ലഭ്യമായ കണക്കുകൾ വ്യക്തമാക്കുന്നു.

പിറന്നുവീഴുന്ന 1000 കുട്ടികളിൽ 95 കുട്ടികൾ അഞ്ചാം ജന്മദിനം പൂർത്തിയാക്കുന്നതിനു മുമ്പ് ലോകത്തോട് വിടപറയുന്നുവെന്ന സ്ഥിതി വിശേഷമാണ് ഇന്ന് ഇന്ത്യയിലുള്ളത്. ഇവരിൽത്തന്നെ 70 കുട്ടികൾ മരിക്കുന്നത് രണ്ടാം ജന്മദിനം വന്നെത്തുന്നതിന് മുമ്പാണ്. ഇന്ത്യയിൽ ജനിക്കുന്ന 1.2 കോടി പെൺകുട്ടികളിൽ 30 ലക്ഷം പെൺകുട്ടികൾ 15 വയസുവരെ മാത്രമേ ജീവിക്കുന്നുള്ളൂവെന്നും ഇവരിൽത്തന്നെ 10 ലക്ഷം പെൺകുട്ടികൾ ഒരുവർഷത്തിൽ താഴെ മാത്രം ആയുസുള്ളവരാണെന്നും അറിയുമ്പോൾ ഏത് ഇന്ത്യക്കാരനാണ് ഞെട്ടാതിരിക്കാനാവുക. മരിക്കുന്ന 6 പെൺകുട്ടികളിൽ ഒരാൾ മരിക്കുന്നത് ലിംഗവിവേചനം കാരണമാണെന്ന സത്യം ഇന്ത്യയിൽ പെൺകുട്ടികൾ നേരിടുന്ന പരിതാപകരമായ അവസ്ഥ വെളിപ്പെടുത്തുന്നതാണ്.

30 കോടി കുട്ടികളുള്ള ഇന്ത്യയിൽ 63 ശതമാനം കുട്ടികളും വിശന്ന വയറോടെയാണ് ഉറങ്ങാൻ പോകുന്നതെന്ന് UNICEF ന്റെ കണക്കുകൾ സൂചിപ്പിക്കുന്നു. ഇന്ത്യയിലെ 53 ശതമാനം കുട്ടികളും ഗുരുതരമായ പോഷകാഹാരക്കുറവ് നേരിടുന്നവരാണ്. ഓരോ 5 മുതിർന്ന ആൺകുട്ടികളിൽ ഒരാൾ വീതവും രണ്ട് പെൺകുട്ടികളിൽ ഒരാൾ വീതവും പോഷകാഹാരക്കുറവ് ബാധിച്ചവരാണ്. 60 ശതമാനം കുട്ടികളും വിളർച്ച ബാധിച്ചവരായാണ് രാജ്യത്ത് ജീവിക്കുന്നത്. 27 ദശലക്ഷം കുട്ടികൾ പിറന്നുവീഴുന്നത് ഗുരുതരമായ ഭാരക്കുറവുമായാണ്.

6 മുതൽ 18 വയസു വരെയുള്ള കുട്ടികളിൽ 50 ശതമാനം പേർ സ്കൂളിന്റെ പടിവാതിൽ കടക്കുന്നില്ല. 4 മുതൽ 14 വയസുവരെയുള്ള 72 ദശലക്ഷം കുട്ടികളാണ് അടിസ്ഥാനവിദ്യാഭ്യാസ സൗകര്യമില്ലാത്ത സ്ഥലത്ത് ജീവിക്കുന്നത്. സ്കൂളിൽ പോകുന്ന കുട്ടികളിലാവട്ടെ 50 ശതമാനം ആൺകുട്ടികളും 58 ശതമാനം പെൺകുട്ടികളും 5–ാം ക്ലാസ് പൂർത്തിയാക്കുന്നതിനു മുമ്പ് കൊഴിഞ്ഞുപോകുന്നു. ഇന്ത്യയിൽ ജീവിക്കുന്ന 147 ദശലക്ഷം കുട്ടികൾ അന്തിയുറങ്ങുന്നത് യാതൊരു സൗകര്യവുമില്ലാത്ത കൂരകളിലാണ്. 77 ദശലക്ഷം കുട്ടികൾക്ക് കുടിക്കാൻ ശുദ്ധജലംപോലും ലഭിക്കുന്നില്ല. പ്രതിരോധ ചികിത്സ ലഭിക്കാത്ത 85 ദശലക്ഷം കുട്ടികളാണ് ഇന്ത്യയിൽ ജീവിക്കുന്നത്.

ബാലവേല നിരോധിക്കപ്പെട്ട ഇന്ത്യയിൽ 1.7 കോടി കുട്ടികൾ തൊഴിലെടുക്കുന്നതായി കണക്കാക്കപ്പെടുന്നു. കുട്ടികളെ വിൽപ്പനച്ചരക്കാക്കുന്നതിന്റെ നിരവധി വാർത്തകൾ ദിവസേനയെന്നോണം നാം കേട്ടുകൊണ്ടിരിക്കുന്നു.

കുട്ടികൾക്കെതിരെയുള്ള അതിക്രമങ്ങളും പീഡനങ്ങളും വർധിച്ചുവരുന്നതായാണ് കണക്കുകൾ വ്യക്തമാക്കുന്നത്. ഇവയിൽ നിയമത്തിന്റെ മുമ്പിൽ എത്തുന്ന കേസുകൾ വളരെ കുറവാണ്.

5 മുതൽ 15 വയസുവരെയുള്ള 20 ലക്ഷം കുട്ടികൾ ഇന്ത്യയിൽ ലൈംഗിക തൊഴിലിൽ ഏർപ്പെട്ടിരിക്കുന്നുവെന്ന ദുഃഖസത്യം എത്രമാത്രം ഭയാനകമാണ്. 15 മുതൽ 18 വയസുവരെയുള്ള 33 ലക്ഷം കുട്ടികളും ഇതേ ഗണത്തിൽപ്പെട്ടവരാണ്. ഇന്ത്യയിലെ ലൈംഗികത്തൊഴിലാളികളിൽ 40 ശതമാനവും കുട്ടികളാണെന്നതും, ഓരോ വർഷവും പുതുതായി 5 ലക്ഷം കുട്ടികൾ വീതം ഇന്ത്യയിൽ ലൈംഗിക തൊഴിലെടുക്കാൻ നിർബന്ധിക്കപ്പെടുന്നുവെന്നതും ഇന്ത്യൻ ശൈശവത്തിന്റെ ദയനീയാവസ്ഥ വിളംബരം ചെയ്യുന്ന യാഥാർഥ്യങ്ങളാണ്.

കേരളത്തിന്റെ വ്യത്യസ്തത

വിദ്യാഭ്യാസത്തിലും ആയുർദൈർഘ്യത്തിലും ആരോഗ്യ സംരക്ഷണത്തിലും താഴ്ന്ന ശിശുമരണ നിരക്കിലുമെല്ലാം അസൂയാർഹമായ മുന്നേറ്റംനേടിയ സംസ്ഥാനമാണ് കേരളം. കുട്ടികളുടെ സാമൂഹികാവസ്ഥയിലും അവകാശസംരക്ഷണത്തിലും ഈ പൊതുമുന്നേറ്റത്തിന്റെ പ്രകടമായ സ്വാധീനം ദൃശ്യമാണ്.

വിദ്യാഭ്യാസത്തിന്റെ സാർവത്രികത, പൊതു ആരോഗ്യസംരക്ഷണ സംവിധാനങ്ങളുടെ വ്യാപകത്വം, കുട്ടികളുടെ മേഖലയുമായി ബന്ധപ്പെട്ട ബോധവൽക്കരണം എന്നീ രംഗത്തെല്ലാം കേരളം കൈവരിച്ച നേട്ടങ്ങൾ ഇന്ത്യയിലെ ശരാശരി കുട്ടികളുടെ അവസ്ഥയിൽനിന്ന് കേരളത്തിലെ കുട്ടികളെ തികച്ചും വ്യതിരിക്തരാക്കുന്നു. എന്നാൽ ബാല പീഡനത്തിലും കുട്ടികളുടെ ശാരീരിക മാനസിക വളർച്ചയുടെ കാര്യത്തിലും കേരളത്തിലെ സ്ഥിതിവിശേഷം ആശങ്കാജനകമാണ്.

കേരളത്തിലെ കുട്ടികളുടെ പൊതുസമൂഹത്തിൽനിന്നു വളരെ വ്യത്യസ്തമാണ് പാർശ്വവൽക്കരിക്കപ്പെട്ട ജനവിഭാഗങ്ങളിൽനിന്നുള്ള കുട്ടികളുടെ അവസ്ഥ. ആദിവാസികൾ, മത്സ്യത്തൊഴിലാളികൾ, മറ്റു പിന്നോക്ക വിഭാഗങ്ങൾ എന്നിവരുടെ കുട്ടികൾ ശരാശരിയിൽനിന്നു വളരെ താഴ്ന്ന ജീവിത സാഹചര്യങ്ങളിൽ കഴിയാൻ നിർബന്ധിതമായവരാണ്. ഇവർക്ക് കൃത്യമായ വിദ്യാഭ്യാസവും പോഷകാംശമുള്ള ഭക്ഷണവും ചികിത്സയും നൽകാൻ പ്രത്യേക സംവിധാനം ഏർപ്പെടുത്തേണ്ടതുണ്ട്.

കേരളം ഇന്നു നേരിട്ടുകൊണ്ടിരിക്കുന്ന ഒരു പ്രധാന പ്രശ്നം അന്യസംസ്ഥാനങ്ങളിൽനിന്നു കടന്നു വരുന്ന ശിശുക്കളുടെതാണ്. അന്യസംസ്ഥാനങ്ങളിൽനിന്നു അനധികൃതമായി ജോലിക്കുവേണ്ടി കൊണ്ടുവരപ്പെടുന്ന കുട്ടികളുടെ എണ്ണംപോലും കണക്കാക്കുക പ്രയാസമാണ്. ശിശുത്വം നിഷേധിക്കപ്പെട്ട് അന്യന്റെ അടുക്കളയിലും ഹോട്ടലുകളിലും നിർമാണമേഖലയിലും നരകതുല്യമായ ജീവിതമാണ് ഈ കുട്ടികൾ നയിക്കുന്നത്. ഈ കുട്ടികളെ മോചിപ്പിക്കാനും പുനരധിവസിപ്പിക്കാനുമുള്ള അടിയന്തരശ്രമങ്ങളുണ്ടാവണം. നിരവധി കുട്ടികളെ ഭിക്ഷാടക മാഫിയയുടെ കടുത്ത ചൂഷണങ്ങൾക്ക് വിധേയപ്പെടുന്നുവെന്ന ഗുരുതരമായ സ്ഥിതിവിശേഷവും ഈ രംഗത്തുണ്ട്.

ഇതോടൊപ്പംതന്നെ ഗൗരവമായ ഒരു പ്രശ്നം അന്യസംസ്ഥാന തൊഴിലാളികൾ കൂടെ കൊണ്ടുവരുന്ന കുട്ടികളുടെ സ്ഥിതിവിശേഷമാണ്. വിദ്യാഭ്യാസവും പോഷകാംശമുള്ള ഭക്ഷണവുമെല്ലാം നിഷേധിക്കപ്പെട്ട് പാതയോരങ്ങളിലും കടത്തിണ്ണകളിലും അന്തിയുറങ്ങാൻ നിർബന്ധിക്കപ്പെട്ട ഈ കുട്ടികൾക്ക് വിദ്യാഭ്യാസം നൽകാനും മാന്യമായ ജീവിത സാഹചര്യമൊരുക്കാനുമുള്ള ബാധ്യത സർക്കാർ ഏറ്റെടുക്കണം.

അടിയന്തരമായ ചുമതലകൾ

കുട്ടികളുടെ അവകാശ സംരക്ഷണത്തിന് നിയമങ്ങൾ മാത്രം മതിയാവില്ല. സാമൂഹികമായ അവബോധവും പശ്ചാത്തലസൗകര്യവികസനവും അടിസ്ഥാന സാമൂഹിക സാമ്പത്തിക വികസനവും ഇതിന് അത്യന്താപേക്ഷിതമായ ഘടകങ്ങളാണ്. സാമൂഹികമാറ്റവുമായി അടിസ്ഥാനപരമായി ഇഴചേർക്കപ്പെട്ടതാണ് കുട്ടികളുടെ അവകാശസംരക്ഷണമെന്നതാണ് മൗലികമായ കാര്യം.

എന്നാൽ സാമൂഹികഘടനയിലെ അടിസ്ഥാനമാറ്റം വരെയുള്ള കാത്തിരിപ്പല്ല ഉണ്ടാവേണ്ടത്. അടിസ്ഥാനപരമായ മാറ്റങ്ങൾക്കുവേണ്ടിയുള്ള പൊതുപോരാട്ടങ്ങളോടൊപ്പം താൽക്കാലിക പ്രശ്നപരിഹാരത്തിനും പ്രശ്ന ലഘൂകരണത്തിനുമുള്ള അടിയന്തര ശ്രമങ്ങൾ അത്യന്താപേക്ഷിതമാണ്.

കുട്ടികളുടെ മേഖലയിലെ നിയമങ്ങളെല്ലാം ക്രോഡീകരിക്കപ്പെടുകയും കുട്ടികളുടെ അവകാശങ്ങൾ സംരക്ഷിക്കുന്നതിനുവേണ്ടിയുള്ള സമഗ്രമായ നിയമനിർമാണം നടത്തുകയും വേണം. 2000–ൽ യു എൻ മുൻകൈയെടുത്ത് രൂപീകരിച്ചതും പ്രമുഖ നിയമജ്ഞൻ ജസ്റ്റിസ് വി. ആർ കൃഷ്ണയ്യർ ചെയർമാനുമായ കമ്മിറ്റി കേന്ദ്ര ഗവൺമെന്റിനു സമർപ്പിച്ച കുട്ടികളുടെ നിയമസംഹിത The Childrens Code Bill 2000 അടിസ്ഥാനപ്പെടുത്തി ഈ നിയമനിർമാണം നടത്താവുന്നതാണ്.

നിയമവ്യവസ്ഥയുമായി പൊരുത്തപ്പെടാത്ത കുട്ടികൾ സമൂഹ

ത്തിന്റെയും കുടുംബത്തിന്റെയും അന്തരീക്ഷം കാരണം വഴിതെറ്റാനിട യായവരാണ്. ഇവരെ സമൂഹത്തിന്റെ പൊതുധാരയിലേക്ക് തിരിച്ചുകൊ ണ്ടുവരാനുള്ള സംവിധാനങ്ങളല്ല ജുവനെൽ ജസ്റ്റിസ് ആക്ടി (Juvenile Justice Act) ലെ വ്യവസ്ഥകളും അവ നടപ്പിലാക്കുന്നതിലുള്ള സംവി ധാനങ്ങളും. കുട്ടികളുടെ പരിരക്ഷ ഉറപ്പാക്കിക്കൊണ്ടും അവർക്ക് മാന സികമായിത്തന്നെ മാറ്റം ലഭ്യമാക്കാനുതകുന്ന പരിശീലന–വിദ്യാഭ്യാസ പരിപാടികൾ നടപ്പിലാക്കിക്കൊണ്ടും സ്നേഹമസൃണമായ സമീപനങ്ങ ളിലൂടെ അവരെ കൈകാര്യം ചെയ്യാനാവശ്യമായ സംവിധാനങ്ങൾ ഔദ്യോഗികമായി ഏർപ്പടുത്തണം. അതോടൊപ്പം ശിശുസൗഹൃദ പരമായ നിലയിൽ Juvenile Justice Act ലെ വ്യവസ്ഥകൾക്ക് മാറ്റമു ണ്ടാവുകയും സാമൂഹികനിയന്ത്രണത്തിൽ ഈ കുട്ടികളുമായി ബന്ധ പ്പെട്ട സ്ഥാപനങ്ങളുടെ നടത്തിപ്പ് കൊണ്ടുവരികയും വേണം. ജുവനെൽ പൊലീസ് സംവിധാനം കാര്യക്ഷമമാക്കണം.

കുട്ടികളുമായി ബന്ധപ്പെട്ട നമ്മുടെ നിയമ സംവിധാനങ്ങൾ വേണ്ടത്ര പരിഗണിക്കാത്ത ഒരു മേഖലയാണ് പ്രീ–പ്രൈമറി സ്കൂൾ സംവിധാനം. ഇന്നു കേരളത്തിൽ പ്രീ–പ്രൈമറി വിദ്യാഭ്യാസം സാർവ ത്രികമാണെങ്കിലും ഇതിനെ നിയന്ത്രിക്കാൻ ഒരു സംവിധാനവും നില വിലില്ല. ഒരു പരിശീലനവും യോഗ്യതയുമില്ലാതെ ആരംഭിക്കാവുന്നവ യായി പ്രീ–പ്രൈമറി സ്കൂൾ കൂണുപോലെ മുളച്ചുപൊങ്ങുകയാണ്. പ്രീ–പ്രൈമറി സ്കൂൾ പഠനരീതി, പാഠ്യപദ്ധതി, അധ്യാപകയോഗ്യത, പശ്ചാത്തലസംവിധാനങ്ങൾ എന്നിവയ്ക്കെല്ലാം പൊതുധാരണയുണ്ടാ ക്കുകയും ഇത്തരം സ്ഥാപനങ്ങൾ ആരംഭിക്കുന്നതിന് പ്രത്യേക നിബ ന്ധനകളോടു കൂടിയ ലൈസൻസ് സംവിധാനം ഏർപ്പെടുത്തുകയും വേണം.

അൺ–എയ്ഡഡ് വിദ്യാലയങ്ങളിലും ബോധനത്തിന്റെ ഭാഗമായി കായികവും മാനസികവുമായ പീഡനം കുട്ടികൾ നേരിടുന്നു. ഇത്തരം സ്ഥാപനങ്ങളുടെ മേലെ യാതൊരു സാമൂഹികനിയന്ത്രണവും നിലവി ലില്ല. അൺ–എയ്ഡഡ് വിദ്യാലയങ്ങൾ ആരംഭിക്കുന്നതിന് പ്രത്യേക നിയമനിർമാണം അത്യന്താപേക്ഷിതമാണ്.

കേരളത്തിൽ 2006 – 2011 വർഷത്തെ ഇടതുപക്ഷ ജനാധിപത്യ മുന്നണി ഗവൺമെന്റ് നിയോഗിച്ചതും ജസ്റ്റിസ് വി ആർ കൃഷ്ണയ്യർ തന്നെ ചെയർമാനുമായ നിയമപരിഷ്കാര കമ്മീഷൻ തയാറാക്കിയ ബാലസംഹിതാബില്ലിനെ ആധാരമായി ഒരു സംസ്ഥാന നിയമനിർമാ ണവും നടത്താൻ സാധിക്കും. ഈ നിയമത്തിന് ബാലസംഘം സംസ്ഥാന കമ്മിറ്റി സമഗ്രമായ ഭേദഗതികൾ നിർദേശിക്കുകയുണ്ടായി.

കുട്ടികൾ സ്വതന്ത്രവ്യക്തിത്വമുള്ള പൗരന്മാരാണ്. അവരുടെ ആവ ശ്യങ്ങളും അഭിപ്രായങ്ങളും കൂട്ടായി പ്രകടിപ്പിക്കാനുള്ള സംവിധാനം

സമൂഹത്തിന്റെ വളർച്ചയ്ക്കുതന്നെ അത്യന്താപേക്ഷിതമാണ്. കുട്ടിയെന്ന നിലയിലും വിദ്യാർഥിയെന്നനിലയിലും സംഘടിക്കാനും കൂട്ടായ അഭിപ്രായപ്രകടനത്തിനും സംഘടനാപരമായ അവകാശത്തിനുമുള്ള സംവിധാനങ്ങൾ സമൂഹത്തിലും വിദ്യാലയങ്ങളിലും ഉണ്ടാവണം. വിദ്യാർഥി സംഘടനകളുടെ പ്രവർത്തനം സ്കൂൾ കരിക്കുലത്തിന്റെ ഭാഗമാക്കൽ സാധ്യമാകണം. നിലവിലുള്ള പി ടി എകളെ വിദ്യാർഥികൾക്കുകൂടി പ്രാതിനിധ്യമുള്ള SPTA(Students Parents Teachers Association) കളാക്കി മാറ്റണം.

അതോടൊപ്പം നിയമത്തെ അടിസ്ഥാനപ്പെടുത്തി കുട്ടികളുടെ അവകാശസംരക്ഷണത്തിന് നിയമപരമായി പരിരക്ഷ നൽകുന്ന സംവിധാനങ്ങൾ രാജ്യവ്യാപകമായി ആരംഭിക്കണം. കുട്ടികളുടെ പരിതാപകരമായ അവസ്ഥ പരിഹരിക്കാവുന്ന പദ്ധതികൾ സമയബന്ധിതമായി യുദ്ധകാലാടിസ്ഥാനത്തിൽ നടപ്പാക്കണം. ഇതിനുതകുന്ന സമഗ്രമായ ഒരു ബാലനയം പ്രഖ്യാപിക്കാൻ കേന്ദ്ര–കേരള ഗവൺമെന്റുകൾ ഒട്ടും വൈകിക്കൂടാ. കുട്ടികളുടെ അവകാശങ്ങൾ സംരക്ഷിക്കാനും അവ ഉറപ്പുവരുത്താനുമുള്ള നടപടികൾക്ക് നേതൃത്വം നൽകാൻ ഒരു ബാലക്ഷേമ വകുപ്പ് രൂപീകരിക്കാൻ ഗവൺമെന്റുകൾ മുന്നോട്ട് വരണം. സർവോപരി ബാലാവകാശങ്ങൾ സംരക്ഷിക്കുന്നതിന്റെ ചുമതല ഒരു പരിഷ്കൃത സമൂഹത്തിന്റെ ഉത്തരവാദിത്വമാണെന്ന് കണ്ടുകൊണ്ട് അതിനുള്ള പരിശ്രമങ്ങൾ സമൂഹത്തിന്റെയാകെ അടിയന്തരബാധ്യതയായി മാറണം. ഇതിനുവേണ്ടിയുള്ള പരിശ്രമങ്ങളാണ് വിവിധതലത്തിൽ ബാലസംഘം നിർവഹിച്ചുകൊണ്ടിരിക്കുന്നത്.

പൊതുവിദ്യാഭ്യാസത്തിന്റെ ജനാധിപത്യവൽക്കരണവും ബാലസംഘവും

സ്വയം നിർമിക്കുന്ന മനുഷ്യൻ

മനുഷ്യൻ ചുറ്റുപാടിൽനിന്ന് തനിക്കാവശ്യമുള്ള വസ്തുക്കൾ നിർമിക്കുന്നു. ചുറ്റുപാടിൽ തനിക്കനുകൂലമായ മാറ്റങ്ങൾ ഉണ്ടാക്കുന്നു. ഇതിനായി മനുഷ്യൻ പ്രകൃതിയിൽ നടത്തുന്ന ഇടപെടലാണ് അധ്വാനം. വാനരിൽനിന്ന് നരനിലേക്കുള്ള പരിവർത്തനത്തിൽ അധ്വാനത്തിന്റെ പങ്ക് എംഗൽസ് ചൂണ്ടിക്കാണിച്ചിട്ടുണ്ട്. പ്രകൃതിയിലും സമൂഹത്തിലും നടത്തുന്ന ഇടപെടലാണ് മനുഷ്യനെ മനുഷ്യനാക്കുന്നത്.

ഇങ്ങനെ ചുറ്റുപാടിൽ ഇടപെടുംതോറും ഇടപെടൽശേഷി വികസിക്കുന്നു. കൂടുതൽ ഫലപ്രദമായി, സർഗാത്മകമായി ഇടപെടാനുള്ള ശേഷി ആർജിക്കുന്നു. അതായത് ചുറ്റുപാടിനെ പുതുക്കിപ്പണിഞ്ഞുകൊണ്ട് മനുഷ്യൻ സ്വയം പുതുക്കിപ്പണിയുന്നു. "സ്വയം നിർമിക്കുന്ന മൃഗം" എന്ന് ഗോൾഡൻ ചൈൽഡ് മനുഷ്യനെ നിർവചിച്ചത് ഈ അർഥത്തിലാണ്.

ചുരുക്കത്തിൽ ചുറ്റുപാടിൽ നടത്തുന്ന നിരന്തരമായ ഇടപെടലാണ് മനുഷ്യ ജീവിതം. അർഥപൂർണമായ ജീവിതം നയിക്കാനുള്ള പ്രാപ്തി നേടലാണ് വിദ്യാഭ്യാസം. അതുകൊണ്ടുതന്നെ ചുറ്റുപാടിൽ– പ്രകൃതിയിലും സമൂഹത്തിലും–ഫലപ്രദമായി ഇടപെടാനുള്ള ത്രാണി നേടലാണ് വിദ്യാഭ്യാസം. ചുറ്റുപാടിൽ നിരന്തരം ഇടപെട്ടുകൊണ്ടു മാത്രമേ ഇതു നേടാൻ കഴിയൂ. ചുറ്റുമുള്ള ജീവിതത്തിൽ മാറ്റമുണ്ടാക്കാനുള്ള പ്രവർത്തനങ്ങളിൽ ഏർപ്പെടുമ്പോഴാണ് കുട്ടി അനുഭവങ്ങൾ ആർജിക്കുന്നത്.

അനുഭവങ്ങൾ ക്രോഡീകരിച്ചും വിശകലനം ചെയ്തുമാണ് കുട്ടി അറിവ് നിർമിക്കുന്നത്. ഈ അറിവുനിർമാണ പ്രക്രിയയിൽ മുതിർന്നവ

രുടെ സഹായം കുട്ടിക്കാവശ്യമാണ്. കൂടുതൽ അനുഭവ സമ്പത്തുള്ള മുതിർന്നവരുടെ കൈത്താങ്ങ് (Scuffolding) മെച്ചപ്പെട്ട ധാരണകൾ രൂപീകരിക്കാൻ കുട്ടികളെ സഹായിക്കും. കുട്ടികളുടെ വിദ്യാഭ്യാസത്തിൽ മുതിർന്നവർക്കുള്ള ചുമതല ഈ കൈത്താങ്ങു നൽകലാണ്. കൂടുതൽ അനുഭവ സമ്പത്തുള്ള മുതിർന്നവരുടെ കൈത്താങ്ങ് വളരെ നിർണായകവുമാണ്.

ബാലസംഘം പ്രവർത്തനത്തിൽ മുതിർന്ന സംഘാടകർക്കുള്ള നിർണായക സ്ഥാനം ഇതാണ്. കുട്ടികൾക്ക് കാര്യങ്ങൾ പറഞ്ഞു കൊടുക്കുന്ന ഗുരുവായല്ല, കുട്ടികളോടൊപ്പം പഠനത്തിൽ പങ്കാളികളാകുന്ന സഹപഠിതാക്കളായി എന്നാൽ കൂടുതൽ അനുഭവങ്ങളാർജിച്ച മുതിർന്നവരുടെ ഉത്തരവാദിത്വത്തോടെ, അവർക്കു കൈത്താങ്ങു നൽകണം. പഴയകാലത്തെ ഗുരുശിഷ്യബന്ധമല്ല ആധുനികകാലത്തെ ജനാധിപത്യപരമായ സൗഹൃദമാണ് കുട്ടികളും മുതിർന്നവരും തമ്മിലുണ്ടാകേണ്ടത്— പരസ്പര ബഹുമാനത്തിന്റെ അടിസ്ഥാനത്തിലുള്ള ഒരു സ്നേഹ കൂട്ടായ്മ.

പഠിക്കുക-പോരാടുക

ഗുരു കാര്യങ്ങൾ പറഞ്ഞു കൊടുക്കുകയും കുട്ടി വിനീതശിഷ്യനായി എല്ലാം സ്വീകരിക്കുകയും ചെയ്യുന്ന രീതിയിലല്ല ഇവിടെ കാര്യങ്ങൾ നടക്കുന്നത്. മുതിർന്ന സഹപഠിതാവും കുട്ടികളും ഒരുമിച്ച് അന്വേഷണങ്ങളിൽ ഏർപ്പെടുന്നു. ചുറ്റുമുള്ള ജീവിതപ്രശ്നങ്ങളെ അഭിമുഖീകരിക്കുന്നു. കാരണം വിശകലനം ചെയ്യുന്നു. ആവശ്യമായ വിവരം ശേഖരിക്കുന്നു. വിശകലനം ചെയ്ത് നിഗമനങ്ങളിലെത്തുന്നു. പ്രശ്നപരിഹാരത്തിനായി ഇടപെടുന്നു. സാമൂഹിക ജീവിതപ്രശ്നങ്ങളിൽ ഇടപെട്ടുകൊണ്ടാണ് കുട്ടി അറിവു നിർമിക്കുന്നത്. ഇവിടെ പഠനവും പ്രായോഗിക പ്രവർത്തനവും പരസ്പരബന്ധിതമായാണ് നടക്കുന്നത്. പഠനം വേറെ, പ്രവർത്തനം വേറെ എന്ന തെറ്റായ സമീപനം ഉപേക്ഷിക്കപ്പെടുന്നു. 'പഠിക്കുക പോരാടുക' എന്ന മുദ്രാവാക്യം ഈ അർഥത്തിലാണ് മനസിലാക്കേണ്ടത്.

വിമർശനാത്മക പഠനം

ചുറ്റുപാടിനെ മാറ്റണമെങ്കിൽ എന്തിനാണ് മാറ്റം, എങ്ങോട്ടാണ് മാറ്റം, എന്നെല്ലാം നിർണയിക്കാനാകണം. അതിനു കഴിയണമെങ്കിൽ തനിക്കുചുറ്റുമുള്ള ജീവിതയാഥാർഥ്യങ്ങളെ വിമർശനപരമായി വിശകലനം ചെയ്യാൻ കഴിയണം. യാഥാർഥ്യത്തെ വിമർശനപരമായി വിശകലനം ചെയ്യാനുള്ള ശീലം കുട്ടികളിൽ വളർന്നു വരേണ്ടതുണ്ട്. പ്രശ്ന

ങ്ങളെ വിശകലനം ചെയ്ത് പരിഹാരം കാണുന്ന പ്രവർത്തനങ്ങളിൽ ഏർപ്പെടുമ്പോഴാണ് സർഗാത്മകമായ ഇടപെടൽ ശേഷി വളർന്നുവരുന്നത്. ഇവിടെ അധീശവർഗ താൽപ്പര്യങ്ങളുടെ നിർമിതിയായ ചില ധാരണകൾ സമൂഹത്തിന്റെ 'പൊതുബോധ'മായി കൊണ്ടാടാറുണ്ട്. ഈ ധാരണകളെ അഴിച്ചുപണിയാൻ കഴിയുമ്പോഴാണ് വിമർശനാവബോധം വളരുന്നത്. ഈ അഴിച്ചുപണിക്ക് കൂടുതൽ അനുഭവ സമ്പത്തും ദിശാബോധവുമുള്ള മുതിർന്നവരുടെ കൈത്താങ്ങ് കുട്ടികൾക്കാവശ്യമാണ്.

സമഗ്ര വീക്ഷണത്തിലേക്ക്

സാമൂഹിക ജീവിതപ്രശ്നങ്ങളെ അഭിമുഖീകരിക്കുമ്പോൾ ഔപചാരിക പഠനത്തിലെ വിഷയങ്ങളുടെ വേർതിരിവ് അപ്രസക്തമാകുന്നു. ഒരു പ്രശ്നത്തിന്റെ വിവിധ വശങ്ങളെക്കുറിച്ചു പഠിക്കേണ്ടി വരും. കർഷക ആത്മഹത്യകളെ വിശകലനം ചെയ്യുമ്പോൾ ഉൽപ്പാദനച്ചെലവ്, കടലഭ്യത, പലിശ, ഉൽപ്പന്നത്തിനു ലഭിക്കുന്ന വില, കമ്പോളത്തിന്റെ പ്രവർത്തനം, സർക്കാർ നയങ്ങൾ എന്നിങ്ങനെ സാമ്പത്തികവും ശാസ്ത്രപരവും രാഷ്ട്രീയവും ഗണിതപരവുമായ കാര്യങ്ങൾ വിശകലനം ചെയ്യേണ്ടിവരും. അതോടൊപ്പം, മണ്ണ്, കാലാവസ്ഥാവ്യതിയാനങ്ങൾ രാസവളപ്രയോഗത്തിന്റെ ഫലം, ഉൽപ്പാദനക്ഷമത തുടങ്ങിയ ശാസ്ത്ര വിഷയങ്ങളും അനിവാര്യമാകും. ഒപ്പം ഒരു പ്രദേശത്തെ ടോപ്പോഗ്രഫിയിൽ വന്ന മാറ്റം, മനുഷ്യന്റെ ഇടപെടൽ, കാർഷികപ്രവർത്തനങ്ങളുടെ മുൻ അനുഭവങ്ങൾ തുടങ്ങിയ ചരിത്രപരമായ വിശകലനവും വേണ്ടിവരും. മറ്റനേകം സാമൂഹികപ്രശ്നങ്ങളും മന:ശാസ്ത്രവും പരിഗണിക്കേണ്ടിവരും. ഔപചാരിക വിദ്യാഭ്യാസത്തിൽ വിഷയങ്ങളുടെ യാന്ത്രികമായ വേർതിരിവിനുപകരം ജൈവമായ പാരസ്പര്യത്തിന്റെ അടിസ്ഥാനത്തിലാണ് ജ്ഞാനനിർമിതി നടക്കുന്നത്– പ്രശ്നാധിഷ്ഠിത സമീപനത്തിലൂടെയുള്ള പഠനം കാര്യങ്ങളെ സമഗ്രതയിൽ വീക്ഷിക്കുന്ന ശീലം വളർത്തിയെടുക്കുന്നു. സമഗ്രമായ ഒരു പ്രപഞ്ച വീക്ഷണവും ജീവിതദർശനവും രൂപപ്പെടാൻ ഈ സമീപനം സഹായിക്കുന്നു.

കുട്ടിയാണ് കേന്ദ്രം

ഇവിടെ കുട്ടിയാണ് പ്രവർത്തിക്കുന്നത്. കുട്ടിയാണ് അന്വേഷിക്കുന്നത്. വിവരം ശേഖരിക്കുകയും വിശകലനം ചെയ്യുകയും ചെയ്യുന്നത് കുട്ടിയാണ്. കുട്ടിയാണ് അറിവുനിർമിക്കുന്നത്. കുട്ടികൾക്കു അറിവു നിർമിക്കുന്നതിന് കൂടുതൽ അനുഭവസമ്പത്തുള്ള മുതിർന്ന സഹപഠിതാവിന്റെ സഹായം ആവശ്യമാണ്. പക്ഷേ, വിദ്യാഭ്യാസത്തിന്റെ കേന്ദ്രം കുട്ടിയാണ്. കുട്ടിയുടെ മുൻകൈയിലാണ് എല്ലാം നടക്കുന്നത്.

കുട്ടിക്ക് ആവശ്യമായ കൈത്താങ്ങു നൽകാൻ കുട്ടിയെ മനസിലാക്കേണ്ടത് അത്യാവശ്യമാണ്. സ്വന്തം കുട്ടിക്കാലം പുനഃസന്ദർശിക്കാൻ ശ്രമിച്ചാൽ കുട്ടികളുടെ പൊതു പ്രകൃതം മനസിലാക്കാൻ കഴിയും.

എന്താണു കുട്ടിത്തം?

മുതിർന്ന മനുഷ്യന്റെ ചെറുരൂപമല്ല കുട്ടി. കുട്ടിയെ പ്രത്യേകമായി മനസിലാക്കാൻ ശ്രമിക്കേണ്ടത് അവരെ സഹായിക്കാൻ, ഫലപ്രദമായി കൈത്താങ്ങ് നൽകാൻ, ശ്രമിക്കുന്നവരുടെ ചുമതലയാണ്.

കുട്ടി പ്രവർത്തിക്കാൻ ഇഷ്ടപ്പെടുന്നു. വെറുതെ അടങ്ങി ഒതുങ്ങി ഇരിക്കുന്നത് കുട്ടിക്കിഷ്ടമല്ല. കൂട്ടായ പ്രവർത്തനങ്ങളിൽ ഏർപ്പെടാൻ താൽപ്പര്യമുണ്ട്.

കളിക്കാനാഗ്രഹിക്കാത്ത കുട്ടികളുണ്ടാവില്ല. കൂട്ടുകൂടാനും കളിക്കാനും കുട്ടികൾക്ക് താൽപ്പര്യമാണ്.

പാട്ടുകേൾക്കാനും പാടാനും കുട്ടിക്കിഷ്ടമാണ്.

കഥകേൾക്കാനും പറയാനും കുട്ടിക്കിഷ്ടമാണ്.

കുട്ടി എപ്പോഴും പുതുമകൾ ഇഷ്ടപ്പെടുന്നു.

അത്ഭുതക്കാഴ്ചകളും അനുഭവങ്ങളും കുട്ടിക്ക് ആഹ്ലാദകരമാണ്. ഫാന്റസി കുട്ടിക്കിഷ്ടമാണ്.

ഒരു കാര്യത്തിൽ ഏറെനേരം ശ്രദ്ധ ഉറപ്പിച്ചിരിക്കാൻ കുട്ടിക്ക് കഴിയില്ല. പൂക്കളിൽ പൂമ്പാറ്റപോലെ അതു പാറിക്കളിക്കും.

കുട്ടികൾ എപ്പോഴും അംഗീകാരം ആഗ്രഹിക്കുന്നു. അതിനാൽ അർഹമായ പ്രോത്സാഹനം നൽകാൻ ഒരിക്കലും മറക്കരുത്.

കുട്ടികൾക്ക് വെല്ലുവിളികൾ നേരിടാൻ താൽപ്പര്യമാണ്.

സാഹസികത കുട്ടിയുടെ സഹജഭാവമാണ്.

7 വയസിനും 18 വയസിനുമിടക്കുള്ള കുട്ടികളെ ചുരുങ്ങിയത് രണ്ടു വിഭാഗമായി തിരിക്കേണ്ടതുണ്ട്. 12 വയസിനു താഴേക്കും മുകളിലും എന്ന തരത്തിൽ വിഭജിക്കാം. 12 വയസിനു മുകളിലുള്ള കൗമാര പ്രായക്കാരായ കുട്ടികൾക്ക് സ്വന്തം വ്യക്തിത്വം സ്ഥാപിക്കാനുള്ള പ്രവണത വളരെ കൂടുതലായിരിക്കും. ആത്മാഭിമാനത്തിനു ക്ഷതം തട്ടുന്ന അനുഭവങ്ങളോട് രൂക്ഷമായി പ്രതികരിക്കും.

ഈ പ്രായത്തിൽ കുട്ടികൾക്കിടയിൽ ശക്തമായ കൂട്ടായ്മ രൂപപ്പെടും. ഗാഢമായ പരസ്പര ബന്ധമായിരിക്കും ഇത്. വീട്ടുകാരുമായുള്ള ബന്ധത്തെക്കാൾ ഗാഢമായിരിക്കും ഈ ബന്ധം.

കൗമാര പ്രായത്തിലെ ശാരീരിക മാറ്റങ്ങൾ കുട്ടികളിൽ പലതരത്തിലുള്ള സംഘർഷങ്ങളും ഉളവാക്കും. അന്തർമുഖത്വം ചിലരിൽ വളരെ കൂടുതലായിരിക്കും.

അതേസമയം അങ്ങേയറ്റം ആദർശാത്മകമായിരിക്കും കൗമാര മനസ്സ്. ശക്തമായി പ്രതികരിക്കുന്ന സ്വഭാവം ഈ പ്രായത്തിന്റെ പ്രത്യേകതയാണ്.

ഉത്തരവാദിത്വങ്ങൾ ഏറ്റെടുക്കാനും ഏറ്റെടുത്ത ഉത്തരവാദിത്വങ്ങൾ പൂർണതയിലെത്തിക്കാനും കഠിനശ്രമം നടത്തും.

കുട്ടികളുടെ പൊതുതാൽപ്പര്യങ്ങളിൽ ചിലതുമാത്രമാണ് മുകളിൽ സൂചിപ്പിച്ചത്. കുട്ടികളുമായി ഇടപെടുമ്പോൾ അവരുടെ താൽപ്പര്യങ്ങളും പ്രകൃതവും പരിചയപ്പെടുന്നത് നല്ലതാണ്– പ്രായവിഭജനം മുകളിൽ സൂചിപ്പിച്ചതുപോലെ കൃത്യമായിക്കൊള്ളണമെന്നില്ല. 10 വയസു കഴിയുമ്പോൾത്തന്നെ കൗമാരത്തിന്റെ സ്വഭാവവിശേഷങ്ങൾ കാണിക്കുന്ന കുഞ്ഞുങ്ങളുണ്ട്. അതിനാൽ ഈ പ്രായത്തെ (10 to 12) പ്രാക് കൗമാരം (Pre-adoloscent) എന്നും ചിലർ വിശേഷിപ്പിക്കാറുണ്ട്.

ചുരുക്കത്തിൽ കുട്ടിയുടെ താൽപ്പര്യങ്ങളെയും സവിശേഷതകളെയും മാനിച്ചുകൊണ്ടാണ് നാം ഇടപെടേണ്ടത്. കുട്ടികളെയും അവരുടെ കഴിവുകളെയും ബഹുമാനിക്കാൻ ഒരു ജനാധിപത്യ വിദ്യാഭ്യാസ പ്രവർത്തകനു കഴിയണം. ബാലസംഘത്തിലെ മുതിർന്ന ഓരോ പ്രവർത്തകനും ഓരോ ജനാധിപത്യവിദ്യാഭ്യാസ പ്രവർത്തകനാണ്. വരും തലമുറകളെ ജനാധിപത്യ സമൂഹത്തിൽ ഫലപ്രദമായി ജീവിക്കാനുള്ള പ്രാപ്തിനേടാൻ സഹായിക്കുന്ന സുഹൃത്ത്–അവർക്ക് പ്രേരണയും നിർദേശവും കൈത്താങ്ങും നൽകേണ്ട കൂട്ടുകാരൻ–സഹപഠിതാവ്, അങ്ങനെ മാത്രമേ ബാലസംഘത്തിന് ഒരു ബദൽ വിദ്യാഭ്യാസ പ്രസ്ഥാനമായി മാറാൻ കഴിയൂ.

കുട്ടിയെ സംബന്ധിച്ച ധാരണകൾ മനസിൽ വെച്ചുകൊണ്ടുള്ള പ്രവർത്തനങ്ങളാണ് ബാലസംഘം ആവിഷ്കരിക്കേണ്ടത്. ഓരോ പ്രവർത്തനം ആവിഷ്കരിക്കുമ്പോഴും കുട്ടിയുടെ താൽപ്പര്യങ്ങളെയും പ്രകൃതത്തെയും മാനിക്കുന്നുണ്ടോ എന്ന് പരിശോധിക്കേണ്ടതുണ്ട്.

ജനാധിപത്യജീവിത നൈപുണികൾ

കുട്ടികൾക്ക് ജനാധിപത്യ ജീവിതത്തിൽ ഫലപ്രദമായി ഇടപെടാൻ കഴിയുന്നതിനാവശ്യമായ നൈപുണികൾ ആർജിക്കാൻ സഹായകമായ അനുഭവങ്ങൾ ജനാധിപത്യ വിദ്യാഭ്യാസത്തിലൂടെ ലഭ്യമാകണം.

- സ്വന്തം ആശയങ്ങൾ വ്യക്തമായും ആത്മാർഥമായും കേൾവിക്കാരെ സ്വാധീനിക്കുന്ന വിധത്തിൽ ആവിഷ്കരിക്കാനുള്ള ശേഷി, ഭാഷയുടെ

ഫലപ്രദമായ ഉപയോഗം, കാര്യങ്ങൾ യുക്തിസഹമായി അവതരിപ്പിക്കാൻ കഴിവ് ഇതെല്ലാം ഇക്കാര്യത്തിൽപ്പെടും.

- മറ്റുള്ളവരുടെ അഭിപ്രായങ്ങൾ ക്ഷമയോടെ കേൾക്കാനും മുൻവിധികളില്ലാതെ പരിശോധിക്കാനും കഴിയണം. കൂടുതൽ യുക്തിസഹവും ശരിയോടടുക്കുന്നതുമായ ആശയങ്ങൾ സ്വീകരിക്കാനും, ആവശ്യമെങ്കിൽ സ്വന്തം ധാരണകൾ പുനഃപരിശോധിക്കാനും കഴിയണം.
- വൈകാരികക്ഷമത: മറ്റുള്ളവരുടെ വികാര വിചാരങ്ങളെ മനസിലാക്കി, അവരെക്കൂടി സ്വാധീനിക്കാൻ കഴിയത്തക്കവിധം ഇടപെടാനുള്ള ക്ഷമത.
- ജനാധിപത്യപരമായ സംവാദങ്ങളിലൂടെ വിട്ടുവീഴ്ചയ്ക്കു വിധേയമായി പരസ്പരധാരണയോടെ മുഖ്യ പ്രശ്നത്തിൽ പരമാവധി യോജിപ്പിന്റെ മേഖലകൾ കണ്ടെത്താനും, അതിലേക്ക് പരമാവധി വ്യക്തികളെ യോജിപ്പിച്ചണിനിരത്താനുമുള്ള നേതൃശേഷി.
- വിവര സാങ്കേതിക വിദ്യയുടെ സാധ്യതകൾ പ്രയോജനപ്പെടുത്തി ആശയവിനിമയം നടത്താനുള്ള കഴിവ്.
- തിട്ടപ്പെടുത്തുന്ന നൈപുണികൾ ഇനിയും കണ്ടെത്താം. ഇവ ആർജിക്കാനുള്ള അനേകം സന്ദർഭങ്ങൾ പ്രവർത്തന പരിപാടികളിലുണ്ടാവണം.

പുതിയ പാഠ്യപദ്ധതിയും ബാലസംഘവും

ഔപചാരിക വിദ്യാഭ്യാസത്തെ ജനാധിപത്യവൽക്കരിക്കാനുള്ള ശ്രമമാണ് പാഠ്യപദ്ധതി നവീകരണത്തിലൂടെ കേരളത്തിൽ നടന്നത്. വിമോചനത്തിനായുള്ള സാംസ്കാരികപ്രവർത്തനം എന്ന് വിദ്യാഭ്യാസത്തെ നിർവചിച്ച പാവ്ലോഫ്രെയുടെ ആശയങ്ങളെയും റഷ്യൻ വിദ്യാഭ്യാസ ചിന്തകനായ വിഗോട്സ്കി ആവിഷ്കരിച്ച സാമൂഹികജ്ഞാന നിർമിതി വാദത്തിന്റെ ധാരണകളെയും അമേരിക്കൻ ചിന്തകനായ നോം ചോംസ്കിയുടെ ഭാഷാസമഗ്രതാദർശനത്തെയും മഹാത്മജിയുടെയും വിവേകാനന്ദസ്വാമികളുടെയും വിദ്യാഭ്യാസചിന്തകളെയും അടിസ്ഥാനമാക്കിയാണ് കേരളത്തിലെ പാഠ്യപദ്ധതി നവീകരണം നടന്നത്. ബ്രൂണർ (കണ്ടുപിടുത്ത പഠനം), ഗാർഡനർ (ബഹുതല ബുദ്ധി-Multiple intelligence) തുടങ്ങിയവരുടെ സിദ്ധാന്തങ്ങളും പാഠ്യപദ്ധതി രൂപീകരണത്തെ സ്വാധീനിച്ചിട്ടുണ്ട്. പ്രൊഫ. യശ്പാലിന്റെ നേതൃത്വത്തിൽ ഇന്ത്യയിലെ പ്രഗത്ഭരായ വിദ്യാഭ്യാസ വിചക്ഷണരും സാമൂഹിക ശാസ്ത്രജ്ഞരും കൂട്ടായ ചർച്ചയിലൂടെ രൂപപ്പെടുത്തിയ ദേശീയപാഠ്യപദ്ധതി ചട്ടക്കൂട് (National Carriculam Frame Work- NCF) ഈ ചിന്തകൾ ഉൾക്കൊള്ളുന്നവയാണ്. NCF ന്റെ അടിസ്ഥാനത്തിൽ പാഠ്യപദ്ധതി നവീ

കരണവും പാഠപുസ്തക നിർമാണവും ആദ്യം നടന്നത് കേരളത്തിലാണ്. പാഠ്യപദ്ധതിയുടെ സവിശേഷതകളെ ഇങ്ങനെ ക്രോഡീകരിക്കാം.

- കുട്ടിയാണ് വിദ്യാഭ്യാസത്തിന്റെ കേന്ദ്രം എന്നംഗീകരിക്കുന്നു.
- കുട്ടിയുടെ പ്രകൃതത്തെ മാനിക്കുന്നു.
- കുട്ടിയുടെ പ്രവർത്തനത്തിന്, വ്യക്തിപരമായും കൂട്ടായുമുള്ള പ്രവർത്തനത്തിന്, പ്രാധാന്യം നൽകുന്നു.
- വിവരശേഖരണം, ക്രോഡീകരണം, വിശകലനം, നിഗമനങ്ങളിലെത്തിച്ചേരൽ, വീണ്ടും പരിശോധിച്ചുറപ്പിക്കൽ- തുടങ്ങിയ പഠന പ്രക്രിയക്ക് പ്രാധാന്യം നൽകുന്നു.
- വിവരങ്ങൾ കാണാപ്പാഠമാക്കലല്ല പഠനമെന്നും, പഠിക്കാൻ പഠിക്കലാണ് വിദ്യാഭ്യാസമെന്നുമുള്ള തത്വത്തെ അടിസ്ഥാനമാക്കുന്നു.
- കഠിന ശിക്ഷകളും യാന്ത്രികാവർത്തനങ്ങളും എന്നതിനുപകരം കുട്ടികൾ അറിവു നിർമിക്കുന്നതിന് സന്ദർഭമൊരുക്കുന്നു.
- അധ്യാപകന്റെ ഏകപക്ഷീയമായ വിശദീകരണത്തിനുപകരം കുട്ടികൾ ഒറ്റയ്ക്കും കൂട്ടായുമുള്ള അന്വേഷണങ്ങളിലേർപ്പെടുന്നു. പ്രോജക്ട് റിപ്പോർട്ട് തയാറാക്കൽ, സെമിനാറുകൾ, പതിപ്പുനിർമാണം, തുടങ്ങിയ ആവിഷ്കാര രൂപങ്ങളും പ്രയോജനപ്പെടുത്തുന്നു.
- പാഠപുസ്തകത്തെ പഠനോപകരണങ്ങളിൽ ഒന്നുമാത്രമായി പരിഗണിക്കുന്നു.
- വിവരശേഖരണത്തിന് സർവേകൾ, അഭിമുഖങ്ങൾ, ഫീൽഡ്ട്രിപ്പുകൾ, റഫറൻസ് പുസ്തകങ്ങളും രേഖകളും പരിശോധിക്കൽ തുടങ്ങി വൈവിധ്യമാർന്ന മാർഗങ്ങൾ പ്രയോജനപ്പെടുത്തുന്നു.
- ചുറ്റുമുള്ള ജീവിതയാഥാർഥ്യങ്ങളെ പ്രശ്നവൽക്കരിക്കുന്നു. വിമർശനാത്മകമായി വിശകലനം ചെയ്യുന്നു. പ്രകൃതിയെയും ജീവിതത്തെയും പാഠമാക്കുന്നു.
- സാമൂഹികപ്രശ്നങ്ങളിൽ ഇടപെട്ടുകൊണ്ട് പഠിക്കുന്നു.

ചുരുക്കത്തിൽ സംവാദാത്മകവും അന്വേഷണാത്മകവുമായ പഠനമാണ് പാഠ്യപദ്ധതി മുന്നോട്ടുവെക്കുന്നത്. അത് കുട്ടിയുടെ കൗതുകങ്ങളെയും പ്രകൃതത്തെയും മാനിക്കുന്നു. അധ്യാപകന്റെ ആധിപത്യത്തിനുപകരം അധ്യാപകൻ കുട്ടികൾക്ക് കൈത്താങ്ങു നൽകുന്ന സഹപഠിതാവായി മാറുന്നു. കുട്ടിയും അധ്യാപികയും തമ്മിൽ ജനാധിപത്യപരമായ ഒരു സൗഹൃദബന്ധം വളർന്നുവരുന്നു.

ബാലസംഘത്തിന്റെ ബദൽ വിദ്യാഭ്യാസ സങ്കൽപ്പവുമായി ഏറെ അടുത്തു നിൽക്കുന്ന ഒരു വിദ്യാഭ്യാസ പദ്ധതിയാണ് പുതിയ പാഠ്യപദ്ധതി വിഭാവനം ചെയ്യുന്നത്.

എന്നാൽ വിദ്യാഭ്യാസ സംവിധാനത്തിന്റെ പരിമിതികളും, വിദ്യാഭ്യാസത്തെ സംബന്ധിച്ച സമൂഹത്തിലുള്ള സാമാന്യബോധത്തിന്റെ സമ്മർദങ്ങളും പാഠ്യപദ്ധതിയുടെ പ്രയോഗത്തെ വലിയതോതിൽ പരിമിതപ്പെടുത്തുന്നുണ്ട്. വിദ്യാഭ്യാസ കച്ചവടക്കാരും അവരുടെ താൽപ്പര്യ സംരക്ഷകരായ മാധ്യമങ്ങളും പുതിയ പാഠ്യപദ്ധതിക്കുനേരെ നിരുത്തരവാദപരമായ കടന്നാക്രമണമാണ് സംഘടിപ്പിച്ചത്. ഇതിന്റെ ഫലമായി നിരവധി അംഗഭംഗങ്ങൾക്കു വിധേയമായി ഞെങ്ങിയും ഞെരുങ്ങിയും മുടന്തിയുമാണ് പാഠ്യപദ്ധതി പരിഷ്കരണം മുന്നേറിയത്. എന്നിരിക്കിലും പാവപ്പെട്ടവരുടെയും സാധാരണക്കാരുടെയും കുട്ടികൾ SSLC പരീക്ഷയിൽ കൈവരിച്ച ഉയർന്ന വിജയശതമാനത്തിലും പ്രൊഫഷണൽ കോഴ്സുകളുടെ പ്രവേശനപ്പരീക്ഷകളിൽ സർക്കാർ എയ്ഡഡ് സ്കൂളുകളിലെ കുട്ടികൾ കൈവരിച്ച മുന്നേറ്റത്തിലും പുതിയ പാഠ്യപദ്ധതിക്ക് നിർണായക പങ്കുണ്ട്. അഖിലേന്ത്യ പഠനങ്ങൾ 18 സംസ്ഥാനങ്ങളെ പഠനവിധേയമാക്കിയപ്പോൾ മാതൃഭാഷ, ഗണിതം തുടങ്ങിയവയിലെ പ്രകടന നില പരിശോധിച്ചതിൽ കേരളമാണ് ഒന്നാം സ്ഥാനത്ത് എന്നാണ് കണ്ടെത്തിയത് (ASER-2010). അക്ഷരമുറ്റം (*ദേശാഭിമാനി*), പഠിപ്പുര (*മനോരമ*), കുട്ടി.കോം (*മാതൃഭൂമി*) തുടങ്ങിയ പത്രപംക്തികൾ കുട്ടികളുടെ സർഗാത്മക പ്രവർത്തനങ്ങൾക്ക് സാക്ഷ്യപത്രങ്ങളാണ്. വിക്ടർ ചാനൽ സംഘടിപ്പിച്ച ഹരിതവിദ്യാലയം പരിപാടി വിദ്യാലയങ്ങളിൽ നടന്നുവരുന്ന പ്രവർത്തനങ്ങളെ ബഹുജനമധ്യത്തിലെത്തിക്കുകയുണ്ടായി. കുട്ടികളുടെ പുസ്തകരചനകൾ ധാരാളമായി പുറത്തുവന്നു തുടങ്ങി. ബാലപ്രസിദ്ധീകരണങ്ങളുടെ രംഗത്തെ വമ്പിച്ച വർധനയും കണക്കിലെടുക്കേണ്ടതുണ്ട്.

വിദ്യാഭ്യാസത്തിന്റെ ഉള്ളടക്കത്തെ ജനാധിപത്യവൽക്കരിക്കുന്ന പാഠ്യപദ്ധതി നവീകരണത്തെ മുന്നോട്ടുകൊണ്ടുപോകേണ്ടതുണ്ട്. അതിനെതിരെയുള്ള ആക്രമണങ്ങളെ ചെറുത്തുതോൽപ്പിക്കേണ്ടതുണ്ട്. അതോടൊപ്പം ബാലസംഘം യൂണിറ്റുകളിൽ അന്വേഷണാത്മകപഠനത്തിന് പ്രാമുഖ്യം നൽകണം. ഫീൽഡുട്രിപ്പുകൾ, സർവെ, അഭിമുഖങ്ങൾ, സെമിനാറുകൾ, ശാസ്ത്ര പരീക്ഷണങ്ങൾ, പ്രോജക്ടുകൾ, കൈയെഴുത്തുമാസിക, ചുവർപത്രം തുടങ്ങിയ പ്രവർത്തനങ്ങൾക്ക് പ്രാധാന്യം നൽകണം.

വിദ്യാലയങ്ങളിൽനിന്ന് പല കാരണങ്ങളാലും ലഭിക്കാതെ പോകുന്ന പഠനാനുഭവങ്ങൾ ബാലസംഘം പ്രവർത്തനങ്ങളിൽ ഏർപ്പെടുന്നതിലൂടെ കുറച്ചെങ്കിലും ലഭ്യമാക്കാൻ കഴിഞ്ഞാൽ വിദ്യാഭ്യാസത്തിന്റെ ജനാധിപത്യവൽക്കരണത്തിന് അതു സഹായകമായിരിക്കും. മാത്രമല്ല, സ്കൂൾ പഠനത്തെ ശക്തിപ്പെടുത്തുന്ന പരിപാടികൾ ബാലസംഘം പ്രവർത്തന

ങ്ങളിൽ ഉൾപ്പെടുന്നത് രക്ഷിതാക്കളുടെ സമ്മതി നേടിയെടുക്കാൻ സഹായകവുമാണ്.

അതോടൊപ്പം വിദ്യാഭ്യാസത്തെ സംബന്ധിച്ച സാമാന്യധാരണയിൽ മാറ്റം വരുത്താൻ ശക്തമായ പ്രചാരവേല സംഘടിപ്പിക്കേണ്ടതുണ്ട്. കുട്ടിയുടെ വ്യക്തിത്വത്തെയോ, താൽപ്പര്യങ്ങളെയോ ജനാധിപത്യ അവകാശങ്ങളെയോ തെല്ലും മാനിക്കാത്ത രക്ഷിതാക്കളുണ്ട്. രക്ഷിതാക്കൾ എന്നതിനെക്കാൾ കുട്ടിയുടെ ഉടമകളെന്ന മനോഭാവമാണ് അവർ വച്ചുപുലർത്തുന്നത്. സ്വന്തം അഭീഷ്ടം സാധിച്ചെടുക്കാനുള്ള ഉരുപ്പടികളായാണ് അവർ കുട്ടികളെ കാണുന്നത്. മൂന്നാമത്തെ വയസിൽ സ്വകാര്യ പ്രീ–പ്രൈമറി വിദ്യാലയങ്ങളിൽ കുട്ടികളെ എത്തിക്കുമ്പോൾ കുട്ടിയുടെ ഭാവി ഭദ്രമാക്കാനുള്ള ഉത്തരവാദിത്വമാണ് നിർവഹിക്കുന്നത് എന്നവർ വിശ്വസിക്കുന്നു. എന്നാൽ പല പ്രീ–പ്രൈമറി വിദ്യാലയങ്ങളും ബാലപീഡാ കേന്ദ്രങ്ങളാണെന്ന് രക്ഷിതാവറിയുന്നില്ല (ജനാധിപത്യവിരുദ്ധമായ ബോധനരീതികളും രക്ഷിതാക്കളുടെ ആഗ്രഹം സാധിക്കാനുള്ള നിർബന്ധങ്ങളും). കുട്ടിയുടെ ബാല്യം ബലാൽക്കാരമായി തട്ടിപ്പറിക്കുന്നു. ബാല്യം നഷ്ടപ്പെടുമ്പോൾ കുട്ടിക്ക് നഷ്ടമാകുന്നത് ജീവിതം മുഴുവനുമാണെന്ന് ഈ 'സ്നേഹധനരായ' രക്ഷിതാക്കൾ അറിയുന്നില്ല. മത്സരാധിഷ്ഠിത കമ്പോളത്തിന്റെ കൃത്രിമ സൃഷ്ടിയായ 'സാമാന്യബോധ'ത്തിനെതിരെ ജനാധിപത്യ–പുരോഗമനശക്തികൾ ഗൗരവമേറിയ ആശയസമരം നടത്തേണ്ടതുണ്ട്. അവരോടൊപ്പം കുട്ടികളുടെ പക്ഷത്തു നിന്നുകൊണ്ട് ബാലസംഘത്തിനും ഇടപെടാൻ കഴിയണം.

നവീന പാഠ്യപദ്ധതിയെത്തന്നെ തകർക്കാനും പുറകോട്ടടിപ്പിക്കാനും ഉപരിവർഗശക്തികളുടെ ജാഗ്രത്തായ ശ്രമം നടന്നുകൊണ്ടിരിക്കയാണ്. മതമേധാവികളും സാമുദായിക സംഘടനകളും പാഠ്യപദ്ധതി രൂപീകരണത്തിലും പാഠപുസ്തക രചനയിലും ഇടപെടുന്ന സ്ഥിതിയാണ് കേരളത്തിൽ വളരുന്നത്.

സ്വകാര്യ CBSE വിദ്യാലയങ്ങൾ ശാസ്ത്രീയപഠനത്തിന്റെ അടിസ്ഥാനത്തിലല്ലാതെ അനുവദിക്കുന്നതും, ഇന്റർനാഷണൽ സ്കൂളുകൾ ആരംഭിക്കാൻ കോർപ്പറേറ്റ് മൂലധനത്തെ ക്ഷണിക്കുന്നതുമെല്ലാം, കേരളത്തിലെ പൊതുവിദ്യാഭ്യാസത്തിനുനേരെ ഉയരുന്ന കടുത്ത വെല്ലുവിളികളാണ്. സൗജന്യവും സാർവത്രികവുമായ പൊതുവിദ്യാഭ്യാസം നേടിയെടുക്കാൻ നമുക്ക് കഴിഞ്ഞത് കേരളത്തിന്റെ ജനാധിപത്യ മുന്നേറ്റത്തിന്റെ ഫലമാണ്. പൊതുവിദ്യാഭ്യാസമാകട്ടെ കേരളത്തിന്റെ ജനാധിപത്യ മുന്നേറ്റത്തിനും മതനിരപേക്ഷജീവിതത്തിനും കരുത്തുപകരുകയും ചെയ്തു.

ആ പൊതുവിദ്യാഭ്യാസത്തെ തകർക്കുന്ന സ്വകാര്യവൽക്കരണവും കച്ചവടവൽക്കരണവും സമുദായവൽക്കരണവും തികച്ചും കേരളത്തിന്റെ ജനാധിപത്യ മുന്നേറ്റത്തിന്റെ തന്നെ ശത്രുപക്ഷത്താണ്. ഈ പ്രതിലോമ നീക്കത്തിനെതിരെയുള്ള ചെറുത്തുനിൽപ്പ്, കേരളത്തിന്റെ ജനാധിപത്യവും മതനിരപേക്ഷജീവിതവും സംരക്ഷിക്കാനുള്ള പോരാട്ടമാണ്. പുരോഗമന ജനാധിപത്യ ശക്തികളോടൊപ്പം ജനാധിപത്യ വിദ്യാഭ്യാസത്തിനുവേണ്ടി നിലകൊള്ളുന്ന ബാലസംഘത്തിനും ആ മുന്നേറ്റത്തിൽ തനതുപങ്ക് നിർവഹിക്കാൻ കഴിയണം.

പതാകഗാനം

ഉണരുക ഉയരുക ശുഭ്രപതാകേ
ഉജ്വല കർമപതാകേ
രക്തതാരകൾ മാറിൽ ചാർത്തിയ
ബാലസംഘ പതാകേ
ഉജ്വല കർമപതാകേ
മാനവസൗഹൃദ രത്നപതാകേ

വിണ്ണിൻ നെഞ്ചിൻ കൂട്ടിൽ വളർത്തിയ
വെള്ളിൽപ്പറവ കണക്കല്ലോ
മാനവശാന്തിക്കുയിരിന്നുയിരായ്
നീയുണരുന്നു നാടുകളിൽ

പുലരിക്കതിരിന്നഴകിൽ തുന്നിയ
തത്വത്തിൻ സന്ദേശവുമായ്
പഠനം മനനം ചലനമതിൻ മണി-
മന്ത്രം ചാർത്തിയ കുറികളുമായ്
ഉയർന്നു പറന്നു കളിക്കുക നീളേ
അനന്ത വിശാല വിഹായസ്സിൽ

പട്ടിണി തടവറ തൊഴിലില്ലായ്മ
മർദനനീതികൾ നിയമങ്ങൾ
ഇന്ത്യൻ ബാല്യത്തിന്റെ വിമോചന-
വീഥിക്കെതിരെ ഉയരുമ്പോൾ
അതിന്നുനേരെ പൊരുതും ഞങ്ങടെ
അഭിമാനക്കൊടിയല്ലോ നീ